పరమాత్మ దర్శనము

పొర్ల లింగప్ప

ink

Paramatma Dharshanamu

Publisher: Inkscribe Publishing Pvt. Ltd

ISBN Number: 978-1-966421-80-1

విషయ సూచిక

ముందు మాట

తత్ త్వం అసి (నీవు అంతిమ అనంత చైతన్యం) - వేదాలు.

“ఓ రామచంద్ర పుటములో లోహము శుద్ధి చేయబడినట్లు ఆత్మ పరమార్థ జ్ఞానము వలన మనుషుడు పరమాత్మ అవుతున్నాడు" - శ్రీ వశిష్టగీత

జ్ఞాన పరిణామ క్రమంలో వివిధ దేవుళ్ళ భావనలను దాటి ఇక్కడ ఉన్న అనంత పరమాత్మను కనుక్కొని తాను కూడా దానిలో భాగమే అని గుర్తించి పరమ స్వేచ్ఛను పొంది మరియు దానివల్ల లభించే అమూల్యమైన బ్రహ్మానందాన్ని అనుభవించడం అనేది భారతీయులు వేల ఏళ్ల క్రితమే ప్రపంచానికిచ్చిన గొప్ప జ్ఞాన కానుక.

ఈ జ్ఞానాన్ని ప్రపంచానికి ఇవ్వడం వల్లనే భారతదేశాన్ని ఆధ్యాత్మిక దేశంగా పిలుస్తారు

పంచభూత లక్షణాలను దాటి, పంచభూత నిర్మితమైన శరీరంలోని అనంత పరమాత్మ తత్వాన్ని కనుక్కోవడం అనేది సునిశిత మేధాసంపతితో కూడిన అద్భుతమైన ఆవిష్కరణ మరియు భారతీయులు మానవజాతికి అందించిన అద్వితీయమైన జ్ఞాన సంపద.

"యువకులు, దృఢగాత్రులు సునిశిత మేధా సంపన్నులు మాత్రమే పరమాత్మను దర్శించగలరు – ఉపనిషత్తులు

లేవండి, మేల్కొనండి, జ్ఞాన లక్ష్యం (పరమాత్మ దర్శనం)చేరే వరకు ఆగకండి.--- ఉపనిషత్తులు

ఉప-ని-సద్" అంటే “ఒకరి వద్ద కూర్చోవడం” అని అర్థం. అనగా ఆధ్యాత్మిక విషయాల గూర్చి గురు శిష్యులకు మధ్య జరిగిన సంభాషణే. విస్తారమైన క్రతువులు యెడల అసంతృప్తి కలిగి ఉండడంతో కర్మ, ఆత్మ, పరమాత్మ మొదలగు ఆధ్యాత్మిక విషయాల గూర్చి చర్చలు, భక్తి జ్ఞాన మార్గాల గురించి చర్చలు ఉంటాయి. ఉపనిషత్తులలో గల ఆధ్యాత్మిక జ్ఞానమే వేదాంతం. క్షత్రియులు, బాగా చదివిన స్త్రీలు చర్చల్లో పాల్గొనేవారు

ఈ ఉపనిషత్తులు వేదాల చివరి భాగంలో ఉంటాయి కాబట్టి వీటిలోని తత్వ జ్ఞానాన్ని వేదాంతమని పిలుస్తారు ఉపనిషత్తులు అద్వైత సిద్ధాంతాన్ని ప్రతిపాదించాయి

19వ శతాబ్దపు ప్రముఖ జర్మన్ తత్వవేత్త ఆర్థర్ స్కోపెన్‌హౌర్, ఉపనిషత్తులచే బాగా ప్రభావితమయ్యాడు, వాటిని "అత్యున్నత మానవ జ్ఞానం యొక్క ఉత్పత్తి" అని పిలిచాడు మరియు "మొత్తం ప్రపంచంలో, ఉపనిషత్తుల అధ్యయనం అంత ప్రయోజనకరమైనది మరియు ఉన్నతమైనది మరొకటి లేదు" అని పేర్కొన్నాడు.

సునిశిత మేధా సంపత్తి మరియు దేవుడిని చూడటం లేదా అనంతమైన ఆధారం/ అనంత చైతన్యాన్ని దర్శించడం మధ్య ఉన్న సంబంధం ప్రాచీన భారతీయ తత్వశాస్త్రంలో మాత్రమే చెప్పబడింది ప్రపంచంలోని మరే ఇతర తత్వశాస్త్రం లేదా మతం కూడా ఈ ప్రత్యేకమైన మరియు ఆసక్తికరమైన ఆశ్చర్యకరమైన మరియు విప్లవాత్మకమైనా అంశాన్ని కనిపెట్టి ప్రకటించలేదు

అలాగే, భారతీయ తత్వవేత్తలు ఆధ్యాత్మికంగా మాత్రమే కాకుండా ఆధ్యాత్మికంగా స్వేచ్ఛగా ఉండాలని ఏలు గెత్తి చాటరు

పరమార్థ జ్ఞానం వల్ల కలిగే ఆధ్యాత్మిక స్వేచ్ఛ యొక్క విలువ మాటలకు అందనిది

నిజానికి ప్రపంచంలో మానవ జీవితానికి సంబంధించి స్వేచ్ఛను మించిన లబ్ధి మరొకటి లేదు. ఈ స్వేచ్ఛ కొరకే సృష్టిలోని ప్రతి జీవి ప్రతి వస్తువు తపిస్తాయి మరియు ప్రయత్నిస్తుంటాయి అంటారు స్వామి వివేకానందుల వారు

“నీవు అంతిమ అనంతమైన ఉనికివి విశ్వంలో నిన్ను మించినది, పైన, క్రింద లేదా వేరేది లేదు.” – వేదంతం

ఈ పరమార్థ లేదా ఆత్మ/పరమాత్మ జ్ఞానాన్నే బ్రహ్మజ్ఞానమనియు లేదా వేదాంతమనియు పిలుస్తారు.

" భారతీయ తత్వం మొత్తం పరమాత్మ సాక్షాత్కారంలో కేంద్రీకృతమై ఉంది. మనిషి దైవాన్ని గ్రహించడం ద్వారా దైవంగా మారాలి. విగ్రహాలు లేదా దేవాలయాలు లేదా చర్చిలు లేదా పుస్తకాలు అతని ఆధ్యాత్మిక బాల్యానికి మద్దతుగా, సహాయంగా మాత్రమే ఉంటు అతను ముందుకు సాగేటట్లు చేస్తాయి " --స్వామి వివేకానంద

నేటి విజ్ఞాన శాస్త్రజ్ఞులు తమ ముందు ప్రదర్శితమవుతున్న సత్యం ఒకే ఒక అనంత శుద్ధ చైతన్యం అనే అస్తిత్వాన్ని చూసి ఆశ్చర్యానికి మరియు అయోమయానికి లోనవుతున్నారు కానీ భారతీయ తత్వవేత్తలు ఇలాంటి పరమ సత్యమైన అనంత అస్తిత్వాన్ని దర్శించి తాము కూడా అదే అని తెలుసుకొని దానివల్ల కలిగే బ్రహ్మానందాన్ని అనుభవించడం అనేది కొన్ని వేళ్ళ నుంచి జరుగుతున్నది

ఉపనిషత్తుల చర్చల్లో పాల్గొన్న చాలా మంది ఋషుల

గురించి ఎవరికి తెలియదు. స్వామి వివేకానంద ఇలా వ్యాఖ్యానించాడు, “సమాజంలో అత్యున్నత వ్యక్తులు ఎల్లప్పుడూ ప్రశాంతంగా, నిశ్శబ్దంగా మరియు అజ్ఞాతంగా ఉంటారు.”

ఈ రకమైన పరిస్థితిని ప్రస్తుత కాలంలో కూడా శాస్త్రీయ ఆవిష్కరణలలో చూడవచ్చు. ఉదాహరణకు, చాలా తక్కువ మందికి విద్యుత్ బల్బును కనుగొన్న వ్యక్తి థామస్ ఆల్వా ఎడిసన్ గురించి తెలుసు,కానీ చాలా మందికి బల్బ్ ల యొక్క బ్రాండ్ పేర్లు మరియు విద్యుత్ బల్బులను తయారు చేసే కంపెనీల గురించి తెలుసు. అదేవిధంగా, ఆల్టర్నేటింగ్ కరెంట్ (AC) మరియు AC మోటారును నికోలా టెస్లా అనే మేధావి శాస్త్రవేత్త కనుగొన్నారు. చాలా కొద్ది మందికి ఆయన గురించి తెలుసు, కానీ చాలా మందికి AC విద్యుత్ పరికరాలు మరియు AC విద్యుత్ మోటార్లు తయారు చేసే కంపెనీల గురించి తెలుసు.

కాబట్టి, చాలా మందికి శ్రీకృష్ణుడు, వశిష్టుడు, దత్తాత్రేయ అవధూత, అష్టావక్రుడు, ఆది శంకరుడు వంటి వేదాంత/బ్రహ్మ జ్ఞాన వ్యాఖ్యాతల గురించి మరియు వేదాంత బోధకుల గురించి తెలుసు కానీ అనంత పరమాత్మ గురించి మానవ ఆలోచనలను విప్లవాత్మకంగా మార్చి,పరమాత్మ నిజ స్వరూపాన్ని వెల్లడించిన

ఈ గొప్ప తత్వశాస్త్రం యొక్క నిజమైన ఆవిష్కర్తలు ఎవరో తెలియదు. అది వారిని అత్యున్నత స్థాయికి, పరమాత్మ అంతిమ నివాసానికి, అత్యున్నతమైన అంతిమ శక్తి అయిన పరమాత్మ వద్దకు తీసుకువెళ్ళింది, అది మనిషిని అత్యున్నతమైన అనంత ఉనికితో గుర్తించి సంబంధాన్ని ఏర్పరిచింది

శ్రీ భగవద్గీత, శ్రీ వశిష్టగీత, అవధూత గీత మరియు అష్టవక్ర గీత మొదలైనవి బ్రహ్మ జ్ఞానాన్ని బోధించే చచ్ఛాస్త్రాలు.

మానవ జీవితం సుఖ దుఃఖాల మయం. సుఖం వచ్చినప్పుడు సంతోషంగా ఉంటాడు. కానీ దుఃఖం వచ్చినప్పుడు తట్టుకోలేక క్రుంగి పోతాడు. అట్టి దుఃఖాన్ని సులభంగా అధిగమించి సుఖ దుఃఖాలను సమదృష్టితో స్వీకరిస్తూ జీవితంలో ముందుకు సాగాలంటే పరమార్ధ జ్ఞానం అవసరం. ఈ సమస్థితినే మన పూర్వీకులు స్థితప్రజ్ఞత అన్నారు. ఈ తత్వశాస్త్రం జీవితం అనే సముద్రం యొక్క అల్లకల్లోలాలలో సులభంగా ప్రయాణించడానికి బలాన్ని ఇస్తుంది. నేటి ఆధునిక విజ్ఞాన శాస్త్రంలో జ్ఞానము కలిగిన విద్యావేత్తలకు ఇటువంటి గొప్ప మానసిక స్థితిని కల్గించే పరమార్థ జ్ఞానార్జన చేయడం ఏమంత కష్టమైన పని కాదు. "దాటుటకు కష్ట సాధ్యమైన అజ్ఞాన సాగరాన్ని వివేకవంతులైన జనులు జ్ఞాన యుక్తి అనే నౌక చేత కేవలం ఒక నిముషంలో దాటిపైచిరి " - శ్రీవషిష్టగీత. ముఖ్యంగా ఆధునిక విజ్ఞాన శాస్త్రాలైన బౌతికశాస్త్రం మరియు ఖగోళ శాస్త్రాలు ఇంచుమించు ఈ బ్రహ్మ జ్ఞాన స్థితికి చేరుకున్నాయి. అంటే ఈ అనంత విశ్వమంతా ఒకే ఒక అస్థిత్వం చేత స్థితి గలిగి వున్నది అనే నిర్ధారణకు వచ్చేశాయి.

ఈ విశ్వం మనకు కనిపించే సంపూర్ణ సత్యం కాదని నిరూపించినందుకు 2022లో అలైన్ ఆస్పెక్ట్, జాన్ ఎఫ్. క్లాజర్, మరియు ఆంటన్ జైలింగర్ అనే ముగ్గురు శాస్త్రవేత్తలకు భౌతిక శాస్త్రంలో నోబెల్ బహుమతి లభించింది.

భౌతిక శాస్త్రం ఒకనాడు ఈ విషయాన్ని బోధించబోతుంది అని స్వామి వివేకానందగారు ముందుగానే భవిష్యవాణి చెప్పి యున్నారు. "సైన్స్ యొక్క లక్ష్యం ఏకత్వాన్ని కనుగొనడమే ఏకత్వ గమ్యాన్ని చేరుకున్న వెంటనే ఇక సైన్స్

యొక్క గమనం ముగుస్తుంది చిట్టచివరి మూలకాన్ని దేని వల్ల మిగతా మూలకాలన్నీ ఏర్పడ్డాయో కనుగొన్న వెంటనే రసాయన శాస్త్ర గమనం ముగుస్తుంది అట్లానే అన్ని శక్తులకు మూలాధారమైన శక్తిని కనుగొనడంతోటే భౌతిక శాస్త్ర పరిశోధన ముగుస్తుంది అదేవిధంగా మతాల పరిశోధన కూడా అన్నింటికీ మూలమైన తత్వం కనుగొనడంతో ముగుస్తుంది. ద్వైతం నుండి అద్వైత దశను చేరుకుంటుంది ఏకత్వాన్ని దర్శించడం అనేది అన్ని శాస్త్రాల గమ్యం ఏకత్వాన్ని చేరుకోగానే వాటి ప్రయాణం ముగిసిపోతుంది. సృష్టి అంటే ఒక పాత వస్తువు నుండి కొత్త వస్తు రూపాంతరం చెందడం అనేది నేటి సైన్స్ యొక్క ఆవిష్కరణ

భవిషత్తులో మన భారతీయులు అత్యంత గౌరవంలో కొనసాగించుదు వచ్చిన ఈ బ్రహ్మ జ్ఞానాన్ని వచ్చే తరాలలోని ఆధునిక విజ్ఞాన శాస్త్రం మరింత బలమైన శాస్త్రీయ సత్యాలతో బోధించ బోతుంది"

సమాజ శ్రేయస్సు మరియు పురోగతి కోసం పాశ్చాత్య సాంకేతికతను మరియు భారతీయ ఆధ్యాత్మికతను కలపాలని స్వామి వివేకానంద సలహా ఇచ్చారు.

సృష్టి, దేవుడు, మానవ జీవిత లక్ష్యం మొదలైనవి విషయాలు మన విద్యాలయాల్లో అంతగా బోధించ బడడం లేదు. అందుకే ప్రజలు గుళ్లు, గురువులు మరియు ఇతరత్రా ప్రక్రియల ద్వారా ఈ జ్ఞానాన్ని మరియు ఆధ్యాత్మిక స్వేచ్ఛను పొందాలని ప్రయత్నిస్తుంటారు. అయితే ఈ అవకాశాన్ని కొందరు కుహనా గురువులు వేష భాషలలో మోసగిస్తుంటారు. సామాన్యులకు భగవంతునికి సంబంధించిన జ్ఞానము ఎంతో కఠిన తరంగా మరియు రహస్యంగా వుంటుంది. కాని మన పూర్వీకులు వేల ఏళ్ళ పరిశోధనల తర్వాత పరమార్థ జ్ఞానము ద్వారా పరమాత్మను దర్శించగలమని చెప్పారు.

బాహ్య విశ్వంలో మరియు మీలోనీ అనంత ఉనికిని గుర్తించడం మరియు మనం కూడా అనంత విషయంలో భాగమే కాబట్టి అట్టి తత్వాన్ని మన అంతరంగంలో దర్శించి శాంతియుతంగా మరియు ఆనందదాయకంగా ఉండే ఈ గొప్ప వాస్తవికతను నిరంతరం అనుభవించడం అనేది వేదాంతం అనే పురాతన

భారతీయ తత్వశాస్త్రం చేసిన గొప్ప విప్లవాత్మక మరియు అంతిమ తాత్విక ఆవిష్కరణ.

"ఎల్లప్పుడూ ఆహ్లాదకరంగా మరియు నవ్వుతూ ఉండటం ద్వారా, అది మీమల్ని అన్ని ప్రార్థనల కంటే దేవునికి దగ్గరగా తీసుకువెళుతుంది" - స్వామి వివేకానంద.

కాబట్టి ఈ జ్ఞానము పట్ల ఆసక్తి జనించినవారు ప్రపధమంగా ఈ శాస్త్రాలను అధ్యయనం చేయాలి. అప్పటికి అర్థంకాకపోతే సరియైన గురువును ఆశ్రయించ వచ్చును. ఎందుకంటే కొంత మంది ప్రజ్ఞావంతులకు ఈ జ్ఞానము చాలా సులభంగా కేవలం తమ ప్రజ్ఞ చేత అర్థమవుతుంది.

సచ్ఛాస్త్ర పఠనం, ధ్యానము, గురు వాక్య విశ్వాసం మరియు ప్రజ్ఞా అనే క్రమము చేతకాని లేదా కేవలం ప్రజ్ఞా చేతకాని బ్రహ్మ జ్ఞానము (పరమాత్మ దర్శనం) సిద్ధిస్తుంది." - శ్రీ వశిష్టగీత.

అలాగే ఈ తరం వివేకవంతులకు ఎంతో త్వరగా ఈ పరమార్ధ జ్ఞానము అర్థమవుతుంది.

ఖగోళ శాస్త్రంలోని నవీన ఆవిష్కరణలను పరిశీలిస్తే ఒక ఆశ్చర్యకరమైన విషయం కనబడుతుంది. అదేమిటంటే ఈ విశ్వం వ్యాకోచిస్తున్నదని హబుల్ అనే

ఖగోళ శాస్త్రవేత్త కనుగొన్నాడు. విశ్వ వ్యాకోచం ఎంతో వేగంగా జరుగుతున్నదవి. ఈ వ్యాకోచానికి కారణం 68 శాతం వున్నా డార్క్ ఎనర్జీ అనియు మరియు విశ్వంలో 27 శాతం డార్క్ మ్యాటర్ కూడా కలదని శాస్త్రజ్ఞులు చెబుతున్నారు. ఎక్కువ శాతం వున్న డార్క్ ఎనర్జీని ఆకాశం యొక్క లక్షణంగా శాస్త్రవేతలు పేర్కొంటున్నారు. మనకు కనిపించే విశ్వం కేవలం 5 శాతము మాత్రమే. అంటే వాస్తవానికి అనంత విశ్వం అంత కూడ అవిచ్ఛినంగా అఖండంగా ఒకానొక పదార్థం అనండి లేదా అస్థిత్వము అనండి ఏకత్వంతో నిండి యున్నది.

భారతీయ తాత్వికులు ఇట్టి ఏకీకృత అనంత విశ్వాన్ని దర్శించడమనేది ఒక గొప్ప మేధా సంపత్తితో కూడిన విప్లవాత్మకమైన ఆవిష్కరణ. ఈనాటి క్వాంటమ్ ఫిజిక్స్ కూడా పదార్థము/ మ్యాటర్ అంటే అనంత క్వాంటం ఫీల్డ్ యొక్క మరొక

రూపంగా సూచిస్తున్నది . మ్యాటర్ అనేది అనంత విశ్వం యొక్క ఒకానొక వ్యక్తీకరణం మాత్రమే కానీ వేరే వస్తువు కాదు అనే నిర్ధారణకు వచ్చేసింది. అదే విధంగా శక్తి కూడ మ్యాటర్ యొక్క ఒకానొక రూపం మాత్రమే.

మన పూర్వీకులు పరిశోధనంత ఈ విశ్వం ఏమిటి, ఎక్కడి నుండి వచ్చింది. మన పుట్టుక ఎక్కడ నుండి వచ్చింది. చివరకు ఏమౌతుంది. మన కర్తవ్యమేమిటి మొదలగు ప్రశ్నలకు సమాధానాన్ని వెతికే ప్రక్రియనే ఈ సృష్టి రహస్యాన్ని కనుగొన్న పరిశోధననే వేదాలలో ముఖ్యమైనది. వేదాలలోని అద్వైత సిద్ధాంతం ప్రధానమైనది. టెక్నాలజీ విషయానికి వస్తే భారతీయులు కనుగొన్న సున్నా '0' ఇనుము / ఉక్కు మరియు ఖగోళ శాస్త్ర పరిశోధనలు మొదలగు ఆవిష్కరణలు నేటి శాస్త్ర సాంకేతిక పురోభివృద్ధికి మానవ కళ్యాణానికి ఎంతగానో దోహదం చేశాయి.

భారతీయ తత్వ చింతన మనిషి యొక్క నిజమైన స్థానాన్ని స్థితిని నిజ స్వరూపాన్ని అతనికి ఈ అనంత విశ్వంతో వున్న సంబంధాన్ని తెలిపే విద్య. దీన్నే పర విద్య అని కూడ అంటారు. దీన్నే ఆధ్యాత్మిక విద్య అని పరమార్ధ / పరమాత్మ జ్ఞానమని కూడా పిలుస్తారు. తన నిజ స్వరూపము అనంత అస్థిత్వమే అని తెలిసి కొన్న మన పూర్వీకులు ఎంతో ఆనందాన్ని అనుభవించారు. దీన్నే వారు బ్రహ్మానందం అన్నారు. ఈ బ్రహ్మానందాన్ని ముందు తరాల వారు కూడ తెలుసుకొని అనుభవించాలని దీనిని గ్రంథస్థం చేసారు. అవియే వేదాలు, ఉపనిషత్తులు, మహాభారతం, భగవద్గీత, అవదాత గీత, వశిష్టగీత మరియు అష్టవక్ర గీత మొదలైనవి.

మన తాత్వికులు అన్న, పాన, స్త్రీ, / పురుష సంభోగాలను సుఖాలను విడిచి పెట్టమని చెప్ప లేదు. వీటన్నిటికి మించిన ఇంకొక అతి పెద్ద సుఖం ఈ జీవితంతో వున్నది అది పరమార్ధ జ్ఞానం వలన లభిస్తుంది అని చెప్పారు. కాబట్టి సాధ్యమైనంత వరకు అందరు దీనిని పొందవలెనని వారి కోరిక, అనంత జ్ఞాన దర్శనం పొందిన తర్వాత అతని ఆనందానికి అవధులు ఉండవు. అన్ని ప్రాపంచిక సుఖాలు మరియు సంపదలపట్ల ఆసక్తి సన్నగిల్లుతుంది. ఒక్క క్షణకాలమైన అనంత పరమాత్మని దర్శించినవాడు స్వర్గమును చూచినవాడు స్మశానంలో

ఆసక్తి లేనట్లు ప్రాపంచిక కార్యక్రమాల్లో ఆసక్తి చూపడు. కానీ అతడు కూడా నిష్కామంగా కార్యాలను చేస్తూ వుండగలడు. ఈ విషయాన్ని బాలయోగి / జ్ఞానియైన ధృవుడు తప ఫలితంగా విష్ణుమూర్తి సాక్షాత్కార సందర్భంలో చెప్పిన పలుకులు గమనిస్తే అర్థమవుతుంది. "రాజ్యము మొదలైన ప్రాపంచిక సుఖముల కొరకు తపస్సు చేసితి, అయితే గాజు ముక్కలను వెతుకుచుండ వజ్రం లభించినట్లు నీ దర్శన భాగ్యం కలిగింది ఇంక నాకు ఏ వరం వలదు".

తపస్సు అంటే ఒక గమ్యాన్ని ఎంచుకొని ఆ గమ్యం చేరుకునే వరకు దాని యందే నిమగ్నమై నిరంతము ప్రయత్నించే ప్రక్రియనే తపస్సు అంటారు

భారత వేదాంత చరిత్రలో మనకు కనిపించే గొప్ప బాల జ్ఞానులు నచికేతుడు, ధృవుడు, ప్రహ్లాదుడు మరియు అష్టవక్రుడు మొదలగువారు.

స్వామి వివేకానందగారు రెండురకాల మనుషులకు కోరికలు వుండవు. అంటారు. ఒకరు జ్ఞాని రెండవ వాడు మూర్ఖుడు జ్ఞాని సహజంగానే తన ఈ పరమార్థ / అనంత తత్త్వజ్ఞానం వలన ఆశలన్ని నశించిపోయి కోరికలనేవి వుండవు.. అట్టి స్థితిలో ఎంతో బ్రహ్మానందాన్ని అనుభవిస్తూ సమాజంలో కొంత భిన్నంగా కన్పడుతుంటారు. ఈ జ్ఞాన స్థితి ఇచ్చే సుఖాన్ని గూర్చి విశిష్ట గీత ఈ విధంగా చెప్తుంది.

"జ్ఞానసిద్ధి వలన జనించే నిరాశత్వం మనస్సుకు ఎంత సుఖాన్ని కలుగజేస్తుందంటే "ఓ రామచంద్రా! రాజ్యం కంటే, చంద్రుని కంటే, వసంత ఋతువు కంటే ఉత్తమ వనితా సంగం కంటే ఈ నిరాశత్వం మనస్సు అధిక సుఖాన్ని కలుగు జేస్తుంది". - శ్రీ వశిష్టగీత

"మదిరోన్మత్తునివలే జ్ఞానులు బ్రహ్మానందముననుభవిస్తూ పునర్జన్మ భయరహితులై చేసిన కర్మను గాని చేయని కర్మనుగాని

స్మరింపకయే వుందురు."

పూర్వకాలంలో మనదేశంలో గురుకులాల్లో ఇలాంటి వేదాంత విద్యను బాల్య దశలోనే బోధించేవారు. శ్రీకృష్ణుడు సాందీపని ఆశ్రమంలో మరియు శ్రీ రాముడు వశిష్ట బోధ చేత ఇలాంటి జ్ఞానాన్ని యవ్వన ప్రాయంలోనే పొందారు కాబట్టి దాని

జీవితంలో ఆచరించటం వలన అంత గొప్ప జ్ఞానులు మరియు మార్గదర్శకులు కాగలిగినారు. దురదృష్టవశాత్తు మన నేటి పరిస్థితులలో ఈ విద్యను ఇతర ప్రాపంచిక విద్యలతో పాటు బోధించడం జరుగడం లేదు. అందుకే సమాజంలో మానసిక స్థితి సరిగా లేక ఉన్నత విద్యావంతులు కూడా సమాజం పట్ల ప్రేమ, సానుభూతులు కొరవడి అయోమయంలో కొట్టుమిట్టాడుతూ మద్యానికి మరియు ఇతర మత్తు పదార్థాలకు అలవాటు పడుతున్నారు. ఇలాంటి వాటిలోనే శాంతిని వెతికే ప్రయత్నం. చేస్తున్నారు. కాని ఇలాంటి కార్యక్రమాలు మరియు అలవాట్లు శాశ్వత శాంతి సుఖాలను ఇవ్వవు. ఒక పరమార్థ / పరమాత్మ జ్ఞానము తప్ప మనిషికి శాశ్వత సుఖాన్ని మరియు ఆనందాన్ని ఇచ్చే అంశం ఈ ప్రపంచములో మరొకటి లేదు.

పరమార్థ జ్ఞానము లేదా మోక్ష స్థితిని పొందిన తర్వాత ఏ విధంగా బ్రతకాలో వశిష్ట గీతలో ఈ విధంగా చెప్పబడింది.

"ఓ రామచంద్ర ఈ పరమార్థ జ్ఞానాన్ని/ మోక్షస్థితిని పొందిన వాడపై లీలా పూర్వకంగా ఈ జగత్తున త్రాగు, విహరించు రమించు.

మన దేశంలో ఈ వేదాంత జ్ఞాన దశ కొన్ని వేల ఏళ్ళ క్రితమే జరిగింది. ఈ జ్ఞాన అన్వేషణలో అన్ని వర్గాల ప్రజల పాత్రవుంది. "అన్ని ఉపనిషత్తులు క్షత్రియల చేత సంకలనం చేయబడ్డాయి." - స్వామి వివేకానంద.

వేల ఏళ్ల క్రితమే మనదేశంలో అద్వైతం లేదా బ్రహ్మ జ్ఞానం కనిపెట్ట బడినప్పటికి నేటికీ విగ్రహారాధనలో అధిక సంఖ్యలో ప్రజల నిమగ్నమయి ఉండడం బాధ కలిగించే విషయం బ్రహ్మ జ్ఞానం పొందిన వ్యక్తి ఈ విధమైన ఆధ్యాత్మిక ప్రారంభ దశ అయినా విగ్రహారాధనలో ఉండడు. ఉపనిషత్తులలో చెప్పబడినట్లు "శారీరక స్వేచ్ఛ, మానసిక స్వేచ్ఛ, ఆధ్యాత్మిక సేచ్ఛలను పొందిన వ్యక్తి ఆధ్యాత్మికతలో కాకుండ ఆధ్యాత్మిక స్వేచ్ఛను పొంది బ్రహ్మానందంలో ఓలలాడుతుంటాడు. మానవ పరిణామంలో ప్రారంభ దశయైన భయంతో కూడుకున్న ద్వితీయ శ్రేణి ఆధ్యాత్మిక కార్యకలాపాలలో మునిగిపోడు. ఈ స్వేచ్ఛ అన్ని ప్రాపంచిక సుఖాలను సంపూర్ణంగా త్యజించమని చెప్పలేదు. వీటన్నిటికంటే అధిక సుఖం

కలదు అది ఒక్క పరమార్థ జ్ఞానము / బ్రహ్మజ్ఞానం / పరమాత్మ దర్శనం వలన లభిస్తుంది అని చెప్పారు. అంటే ముందు తరాల వారు కూడ తాము అనుభవించిన పరమ ఆనందాన్ని ఈ జ్ఞానార్జన ద్వారా పొందవలెనన్నది వారి సంకల్పము. అందుకే వేదాలు, వేదాంతమనబడే ఉపనిషత్తులను గ్రంథస్థం చేసి మనకదించారు. అన్య మతస్తుల విదేశీ దండ యాత్రల వలన ఈ మన బలహీనతకు, సహజ విచ్ఛిత్తికి కారణమైన కులవ్యవస్థ వలన ఈ జ్ఞాన వ్యాప్తికి ఆటంకం కలిగిన మాట వాస్తవము. స్వామి వివేకానంద ప్రకారం వేదాలు సమానత్వాన్ని బోధించి ఈనాడు పాటించే కులవ్యవస్థకు వ్యతిరేకం అంటారు. " చతుర్వర్ణం మయా సృష్టి గుణకర్మ విభాగినహ్ "అని భగవద్గీత చెప్పింది అయితే దీనిని కొందరు స్వార్థపరులు గుణకర్మ విభాగముగా కాకుండా జన్మత: అన్నట్లు భావించి ఆచరించి భారత సమాజాన్ని నాశనం చేసి మనకంటే అన్ని విధాలుగా తక్కువ అభివృద్ధి చెందిన విదేశీ దురాక్రమణ దారులకు మన దేశం వశమయ్యేటట్లు చేశారు*కులముతో పని లేకుండా భారతీయ వర్ణ వ్యవస్థ జ్ఞానం మీద ఆధారపడి నడిచింది. జన్మం మీద కాదు.*

వజ్రసూచికోపనిషత్తు ప్రకారం :--

1. ఋష్యశృంగుడు :

జింకలు పట్టుకునే జాతులకు పుట్టినవాడు.

2. కౌశికుడు :

గడ్డి కోసుకునే జాతికి చెందినవాడు.

3. జంబూక మహర్షి :

నక్కలు పట్టుకునే జాతివారు

4. వాల్మీకి :

ఓ కిరాతకుల జాతికి చెందినవాడు. ఇతను రచించిన రామాయణం... హిందువులకు పరమ పవిత్రమైన గ్రంథం. ఈయన్ని ఆదికవిని చేసి పూజిస్తారు.

5. వ్యాసుడు :

ఓ చేపలుపట్టే బెస్తజాతికి చెందినవాడు. హిందువులకు పరమపవిత్రమైన వేదములు... ఈయన చేత విభజన చేయబడ్డవే. అందుకే ఇతణ్ణి వేదవ్యాసుడు... అని పూజిస్తారు.

6. గౌతముడు :

కుందేళ్లు పట్టేజాతికి చెందినవాడు.

7. వశిష్ఠుడు :

ఓ వేశ్యకు పుట్టినవాడు. కనీసం తండ్రి ఎవరో కూడా తెలియదు. ఇతని భార్య మాదిగ స్త్రీ అయిన అరుంధతీ దేవి. ఈరోజుకుకూడా నూతనదంపతులచేత అరుంధతీ వశిష్టులకు నమస్కారం చేసే సాంప్రదాయాన్ని పాటిస్తున్నారు. ప్రతి పూజలోనూ హిందువులచేత .. అరుంధతీవశిష్ఠాభ్యాం నమః... అని పూజలందుకుంటున్నారు.

వీరి కుమారుడు శక్తి. ఇతని భార్య ఓ మాదిగ వనిత... ఛండాలాంగని. వీరికుమారుడే పరాశరుడు. ఇతను ఓ బెస్తవనిత మత్స్యగంధిని వివాహమాడి వ్యాసుణ్ణి కన్నారు.

8. అగస్త్యుడు :

మట్టి కుండల్లో పుట్టినవాడు.

9. మతంగ మహర్షి :

ఒక మాదిగవాని కుమారుడు. బ్రాహ్మణుడయ్యాడు. ఇతని కూతురే... మాతంగకన్య... ఓ శక్తి దేవత. కాళిదాసుతో సహ ఎందరో మహానుభావులు ఈ మాతను ఉపాసించారు. ఉపాసిస్తూ ఉన్నారు. ఈమే శ్యామలాదేవి.

*1.ఐతరేయ మహర్షి ఒక దస్యుడి మరియు కిరాతకుడి కుమారుడు... అంటే నేటి లెక్కల ప్రకారం SC or ST. జన్మ బ్రాహ్మణుడు కాదు. కానీ అత్యున్నతమైన బ్రాహ్మణుడు అయ్యాడు. అతను వ్రాసినవే ఐతరేయ బ్రాహ్మణం మరియు

ఐతరేయోపనిషత్తు. ఐతరేయ బ్రాహ్మణం చాలా కష్టమైనది. ఇది ఋగ్వేదాన్ని అర్థం చేసుకోవడానికి ఉపయోగిస్తారు. ఆదిశంకరాచార్యుడు కాశీ/ వారణాసి నడి వీధుల్లో ఒక చండాలుడు అడిగిన ప్రశ్నల వలన జ్ఞానోదయం పొంది అతడికి సాష్టాంగ పాద నమస్కారం చేసిన విషయం మనకు తెలిసిందే.

వేదార్థం తెలిసిన వాడే బ్రాహ్మణుడు అంటుంది భగవద్గీత

వారసత్వ శ్రమ విభజన పైన ఆధారపడ్డ భారతీయ కుల వ్యవస్థ భారత శక్తికి భారత పురోగతికి నిర్ణయాత్మక అవరోధంగా ఉన్నది -- కారల్ మార్క్స్

" భారతదేశంలో తెలివి తక్కువ వాళ్ళు ఉంటే ఉండనివ్వండి కాని వాళ్ళు ఆచార్య పీఠం యందున్నారు అది ఈ దేశానికి పట్టిన దుర్గతి "

"ఆత్మవిశ్వాసం లేని యువతతో నిండిన దేశం అది ఒక దేశం కాదు అది ఒక అర్ధ పిచ్చి ఆశ్రయం "

" బ్రాహ్మణులు మరియు క్షత్రియులు భారతదేశాన్ని నాశనం చేశారు "--స్వామి వివేకానంద

మనకంటే నేడు పాశ్చాత్య దేశాల శాస్త్రవేత్తలు మరియు మేధావులు ఎక్కువగా మన ఉపనిషత్తులు మరియు బ్రహ్మ జ్ఞాన గ్రంథాలను అధ్యయనం చేస్తున్నారు. ముఖ్యంగా జర్మనీ దేశంలో కొన్ని వందల ఏళ్ళ నుండి ఉపనిషత్తులను అధ్యయనం చేస్తున్నారు. మన దేశంలో నామ మాత్రంగానే వీటి గురించి తెలుసు. ముఖ్యమైన 8-10 ఉపనిషత్తులను కూడ నేటి విద్యావంతులు చాలావరకు చదివి వుండరు. ఇది ఒక దురదృష్టకరమైన పరిస్థితి.

శ్రీ రామతీర్థగారు ఒకసారి అమెరికాలో ఒకరికి ఈ విధంగా సమాధానమిచ్చారు.

అమెరికన్ ప్రశ్న:- ఇంత గొప్ప జ్ఞాన సంపదను కలిగి వుంది మీరెందుకు అనగా భారతీయులు ఇంత బీద స్థితిలో వున్నారు.

శ్రీరామ తీర్థ:- అవును మీరన్నది నిజమే మేము వేదాంతం మాట్లాడుతున్నాము. మీరు వేదాంతాన్ని ఆచరిస్తున్నారు.

నిజానికి భారతీయులుగా మనకు గల గొప్ప జ్ఞాన వారసత్వానికి ఎంతో గర్వపడవలసిన విషయం కాని నేటి వేదాంత విద్యకు హక్కుదారులమని చెప్పుకునే వారు ఈ జ్ఞాన వ్యాప్తికి చేస్తున్న కృషి నామమాత్రమే. ఈ విద్య పేరుతో వ్యాపార దృక్పథంతో ప్రాపంచిక సుఖాలను అనుభవించే వారి వల్ల కూడ ఈ జ్ఞాన వ్యాప్తికి చాలా నష్టం జరుగుతున్నది. ఇంత గొప్ప జ్ఞాన వారసత్వ సంపద ఇతర ఏ మతాలలోగాని ఏదేశంలో లేవు. జ్ఞాన పరిణామ క్రమంలో దేవుడు సృష్టికర్త అనే భావనను దాటి అనంత పరమాత్మను కనిపెట్టి దర్శించుకుని తాము కూడా పరమాత్మనే అనే విషయాన్ని గుర్తించి అందువలన జనించే బ్రహ్మానందాన్ని అనుభవించడం భారత తాత్వికుల అత్యున్నత ఆవిష్కరణ

వేదాంతం తప్ప ఇతర ఏ మతం కూడా పరమాత్మ దర్శనం అనే విషయం చెప్పడు అది వారు ఇంకా చేరుకోలేని దశ అటువంటి దశలను దాటి భారతీయులు వేల ఏళ్ల క్రితమే ఇక్కడ అనంత పరమాత్మను దర్శించుకుని ఆ విషయాన్ని ప్రపంచానికి ఎలుగెత్తి చాటారు. గతి తార్కిక భౌతిక వాద తత్వవేత్త కారల్ మార్క్స్ కూడ ప్రపంచంలోని అన్ని మతాలు మరియు భాషలు భారత దేశంలో నుండి పుట్టినవే అంటారు.

ఈ అనంత విశ్వంలో అనంతంగా మనకు సృష్టిలో ఎన్నో విషయాలు, సంఘటనలు కన్పిస్తుంటాయి. మన ధ్యేయం అంతా వీటి మధ్యన వుండే సంబంధం మరియు పరమార్ధమున వీటి యొక్క మూలాధారమైన ఈ అనంత చైతన్యాన్ని దర్శించడం అనేకమైన సంఘటనలు వాటికి గల కారణాలు వాటి యొక్క ఫలితాలు అన్నింటిని కూడ శాస్త్ర సాంకేతిక రంగాలు నిరంతరం కనిపెడుతూ మరియు మానవ కళ్యాణానికి ఉపయోగిస్తూ వుంటారు. భౌతిక ప్రకృతిని జయించిన తద్వార నిత్యావసరాలు సమకూరిన తర్వాత మానవ అస్తితత్త్వపు నిజ స్వరూపానికి సంబంధించి కనిపెట్టబడిన జ్ఞానాన్ని బ్రహ్మ జ్ఞానమని దానినే వేదాంతం అని కూడా అంటారు. వేదం అంటేనే జ్ఞానము అని అర్థం. విద్య అనే పదము కూడ వేదం అనే పదం నుండి పుట్టిందే. వేదాలను మొదటి సారిగా వేదవ్యాస మహర్షి సంకలనం చేయడం జరిగింది.

వేదాంత జ్ఞానం అంద విశ్వాసాలకు మరియు మూఢ నమ్మకాలకు పూర్తిగా వ్యతిరేకం. ఎందుకంటే చాలా వేల ఏళ్ళ పరిశోధనల ఫలితంగా సాధించిన జ్ఞానము. చాలా శాస్త్రీయమైనది. శ్రీ వశిష్టగీతలో ఈ విధంగా చెప్పబడింది. "పురుష ప్రయత్నాన్ని వదిలి ఎవరైతే ఏదో అభూత శక్తి తనను ప్రేరేపిస్తుంది అని నమ్మే అధముల్ని దూరంగా త్యజించాలి". ఈ శ్లోకం ద్వారా మన జ్ఞానులు మూఢ విశ్వాసాలు ఎంత నిర్ద్వందంగా ఖండించినా రో తెలుస్తుంది. శ్రీ రామాయణంలో ఒక సంవాదం చాలా ఆశ్చర్యకరంగా వుంటుంది. అది శ్రీ రామునికి మరియు లక్ష్మణునికి జరిగిన సంభాషణ శ్రీరామున్ని అడవులకు వెళ్ళమని శ్రీ దశరథుడు ఆజ్ఞాపించిన విషయం తెలుసుకొని లక్ష్మణుడు కోపోద్రిక్తుడై ఈవిధంగా అంటాడు. ఒక రాజ్యానికి యోగ్యుడైన కుమారున్ని ఈ విధంగా అడవులకు వెళ్ళమని ఆజ్ఞాపించడం అంటే ఆ రాజు బుద్ధి చలించినది అని అర్ధం కాబట్టి అట్టి రాజును అతను తండ్రిగాని మరెవరైన కాని చివరకు బ్రహ్మ దేవుడైన గాని తక్షణం ఆ పదవినుండి తొలగించాలి మరియు నీవు సింహాసనాన్ని అధిరోహించాలి. నీవు అజ్ఞాపిస్తే ఇపుడే మన తండ్రిపైన చర్య తీసుకుంటాను". ఈ మాటలు విన్న శ్రీరాముడు అలా చేయకూడదు దీన్ని మన ప్రారబ్దంగ భావించి తండ్రి ఆజ్ఞను శిరసావహించుదాము అంటాడు. అప్పుడు మళ్ళీ లక్ష్మణుడు ఈ విధంగా బదులిస్తాడు. "ప్రారబ్దం అనే మాట ఒక జ్ఞాని నోటి నుండి రాకూడదు. ప్రారబ్ధాన్ని నమ్ముకుంటే నీ విశాలమైన భాహువులెందుకు, దనుర్బాణాలెందుకు నీ వేదాంత/ బ్రహ్మజ్ఞానమెందులకు".

అంటే ఒక జ్ఞాని ఎపుడు మూఢ నమ్మకమైన విధి రాత మరియు ప్రారబ్ధం అనే అజ్ఞానపు ఆలోచన విధానాన్ని ఆచరించకూడదు. ఈ సంవాదంలో చాలా చక్కటి మరియు లోతైన వేదాంత సందేశం వుంది. కాని నేటి కాలంలో చాలా మంది దీనిని గురించి పెద్దగా పట్టించుకోరు. గమనించినట్టైయితే చాలా సందర్భాలలో లక్ష్మణుడు తన ప్రాణాలను తృణప్రాయంగా భావించి యుద్ధాలకు దిగుతుంటాడు. ఇది నిజమైన వేదాంత జ్ఞానికి వుండవలసిన లక్షణం.

అదే విధంగా భగవదన్వేషణలో భాగంగా నిరంతరం విగ్రహ పూజ తీర్థయాత్రలకు వెళ్తున్నారు. ముసలి వాళ్ళు కూడ దేవాలయాలకు వెళ్ళడాన్ని చూసి శ్రీరామకృష్ణ పరమహంస గారు బాధపడేవారు. స్వామి వివేకానంద హిమాలయాల్లో "అద్వైత ఆశ్రమాన్ని' స్థాపించి అక్కడ ఎలాంటి విగ్రహ పూజలను అనుమతించ లేదు. చివరకు తన గురువైనా శ్రీ రామకృష్ణ పరమహంసగారి చిత్ర

పటాన్ని కూడా అక్కడ వుంచడానికి వారు అంగీకరించలేదు. రామకృష్ణ మఠానికి సంబంధించిన ప్రచురణలన్నీ అక్కడి నుండి వెలువడుతాయి.

వేదాంత జ్ఞానం పొంది జీవితాన్ని ఎలా బ్రతకాలో స్వామి వివేకానందగారు ఈ విధంగా చెప్పారు.

"ఈ ప్రపంచం ఒక క్రీడా రంగం మరియు మన జీవితం ఒక శాశ్వత సెలవు దినం" వింటుంటేనే మనస్సుకు ఎంతో హాయిని ఇచ్చే పై వాక్యము నిజ జీవితంలో దీన్ని ఆచరిస్తూ జీవితాన్ని గడపడం ఎంత అదృష్టమో కదా. ఈ జీవిత అన్వయం మనేది. పరమార్థ జ్ఞానం నుండియో చెప్పబడింది. అంటే ఇక్కడ వున్న ఈ అనంత పరమాత్మ అని చెప్పబడే అస్థిత్త్వం ఈ సృష్టి లయలు అనే సంఘటనలను ఒక క్రీడలాగా/ ఒక లీల లాగ ఎలాంటి కర్మ ఫలితం లేకుండ అనంత కాలంగా పని చేస్తున్నది. ఎప్పుడైతే ఈ పరమార్థ / పరమాత్మ జ్ఞానం అర్థ మవుతుందో సహజంగానే మనము ఈ విధంగా జీవితాన్ని శాశ్వత సెలవు దినంగా క్రీడలాగా జీవించగలము.

ఈ పుస్తకంలోని పరమార్థ జ్ఞానాన్ని శ్రద్ధగా అధ్యయనం చేసి యుక్తిని జోడించడం వలన ఈ తరం వివేకవంతులకు నిశ్చయంగా పరమాత్మ దర్శనం కలుగుతుందని నా ప్రగాఢ విశ్వాసం.

నా ఈ ప్రయత్నం అంతా నేటి విద్యావంతులకు మనస్సుకు శాంతిని, ఆనందాన్ని మరియు దైనందిన జీవన కార్యక్రమాల్లో ఎంతో సమర్థవంతంగా మరియు కుశలంగా పని చేయగల సామర్థ్యాన్ని ఇచ్చే ఈ పరమార్థ జ్ఞానాన్ని పరిచం చేయాలన్నదే.

- పొర్ల లింగప్ప,

+918333011000

plingappa@gmail.com

పరమార్థ జ్ఞానము

జీవ పరిణామ క్రమంలో భూమండలం పైన మానవ ఆవిర్భావము తర్వాత మానవుడు ప్రకృతితో చేసిన సంఘర్షణలో జ్ఞానము సంపాదించడం మొదలైంది. మొదట్లో ప్రకృతిని జయించి తన జీవనానికి సంబంధించి ఆహారము, భద్రత మరియు ఇతర అవసరాలను సమకూర్చుకున్నాడు. ఈ అవసరాలు సమకూరిన తర్వాత మనిషికి ఇంకొక ప్రశ్న మిగిలి వుండేది. అదేమిటంటే ఈ సృష్టి ఎలా వచ్చింది.?. ఎవరైన దీనికి సృష్టి కర్త ఉన్నాడా ? వుంటే సృష్టికర్త యొక్క లక్షణాలు ఏమిటి ? మొదలైన ప్రశ్నలు తలెత్తడం మొదలు కావడం జరిగింది. ఈ ప్రశ్నలకు సమాధానాలు వెతకడంలో ప్రాచీన భారతీయులు ఎంతో ముందుగా సమాధానాలు కనుక్కొని పరమాత్మను దర్శించారు. ఈ సమాధానాల శాస్త్రాలనే వేదాంతమని అంటారు. ఈ పరిశోధన ఇక్కడ కొన్ని వేల సంవత్సరాలుగా సాగింది. ఈ జ్ఞానార్జనకు ముఖ్యంగా ఇక్కడ వున్న సమశీతోష్ణ వాతావరణ పరిస్థితులు కూడా ఎంతగానో ఉపకరించాయి.

పరమార్థ జ్ఞానాన్ని అర్థం చేసుకోవాలంటే పరిమిత ప్రాపంచిక జ్ఞానము నుండి అనంతంగా వున్న ఇక్కడి విశ్వంలోకి దృష్టి సారించాల్సి వుంటుంది. ఊహాశక్తి / జ్ఞాన నేత్రం చేత అనంత విశ్వ వీక్షణం చేయాల్సి ఉంటుంది. మనకు నిత్యము ఎదురైయే పరిమితి ప్రపంచపు పరిశీలనలు మరియు వాటి నుండి వచ్చే ఫలితాలు సరిపోవు. ఇక్కడ అనంతంగా ఉన్నవిశ్వం యొక్క లక్షణాలను అర్థం చేసుకోవడానికి మన పరిమిత ప్రపంచాన్ని కొలిచే పరికరాలు మరియు పద్ధతులు సరిపోవు. అనంత సత్యాన్ని వున్నది ఉన్నట్లుగా గ్రహించాల్సి వుంటుంది. దానికి చాలా మేధోసంపత్తి మరియు క్రొత్త విషయాలను అంగీకరించే తత్త్వం కావాలి. విజ్ఞాన శాస్త్రాలు పురోగమించేటప్పుడు ఇలాంటి సంఘటనలు ఎదురై శాస్త్రవేత్తలను అయోమయానికి గురిచేసిన సంఘటనలు మన ముందు అనేకం. ఉదా|| భూమి గుండ్రంగా వున్నదని కనుగొన్నపుడు అప్పటి బల్ల పరుపు సిద్ధాంతం నుండి వ్యతిరేకత కానీ, భూమి ఈ విశ్వానికి కేంద్రము కాదన్నప్పుడు సనాతనవాదులనుండి కానీ, ఆధునిక క్వాంటం సిద్ధాంతాలకు అంతవరకు ఉన్న భౌతిక శాస్త్ర సిద్ధాంతాల నుండి కానీ ఇలాంటి పరిస్థితి ఎదురైంది. మన

ముందున్న విజ్ఞాన శాస్త్రంలో కూడ ఇలాంటి పరిస్థితిని మనము గమనించవచ్చును.

మనము ఇప్పుడు సూక్ష్మ ప్రపంచాన్ని అధ్యయనం చేయడము వలన అనంత అద్వైత అస్థిత్వాన్ని దర్శించడానికి ప్రయత్నిద్దాము.

అణువు, పరమాణువు మరియు ఇంకా సూక్ష్మ కారకాలైన ఎలక్ట్రాన్, ప్రోటాన్ మరియు న్యూట్రాన్లను గమనించినప్పుడు మరియు అంత కంటే ఇంకా సూక్ష్మ కారకాలైన ఖ్యార్క్ కూడ గమనించినపుడు ఒక క్రొత్త విషయం అనుభవములోకి వస్తుంది. అదేమిటంటే సూక్ష్మకార కాలాన్ని ఒకే విధమైన ఒకే రూపం కలిగి ఉండి వాటి సంఖ్యలో తేడా మాత్రము చేతనే విభిన్న పరమాణువులు ఏర్పడుతున్నవి ఉదా॥ ఆక్సిజన్ 8 ఎలక్ట్రాన్స్, ప్రోటాన్ న్యూట్రాన్ మరియు 7 ఎలక్ట్రాన్లు, న్యూట్రాన్లు, ప్రోటాన్లతో నైట్రోజన్ మొదలైనవి కాని ఎలక్ట్రాన్స్, ప్రోటాన్స్ మరియు న్యూట్రాన్స్ మాత్రము అన్ని పరమాణువులలో ఒక రకంగా వున్నవి.

ఇంత వరకు మనము అర్థమయ్యే ఒక విషయం ఏమిటంటే ఈ కనిపించే విశ్వము ఒకే రకమైన పరమాణువు కంటే చిన్న కారకాల వల్ల ఏర్పడినది అనేది.

ఇంకా ముందుకు వెళ్ళిగమనిస్తే శక్తి మరియు పదార్థము (పై మూడింటి వలన ఏర్పడిన) కూడా ఒకటే అని దీనినే ఐన్స్టీన్ అనే గొప్ప భౌతిక శాస్త్రవేత్త తన ప్రజ్ఞతో E=mc' సమీకరణం ద్వారా నిరూపించాడు.

ఇక ఇప్పుడు శక్తి మరియు పదార్థం కంటే ఆకాశం వేరేగా అస్థితత్త్వం కలిగి వున్నట్లు కనబడుతుంది. ఆకాశము భారత తత్త్వ వేత్తల యొక్క వేదాంతం ప్రకారం పంచభూతాలు అనబడే అగ్ని, వాయువు, జలము, పృథ్వి మరియు ఆకాశము అనబడే విభజన అనేది లేకుండా ఇవి అన్నియు ఒకే ఒక అనంత అస్థితత్త్వం యొక్క భిన్న రూపాలు అని సిద్ధాంతీకరించారు. అంటే ఆకాశం కూడా శక్తి మరియు పదార్థం కంటే వేరుగా కాకుండా అన్ని కూడా ఒకే ఒక అనంత అస్థిత్వంలోని వ్యక్తీకరణాలు మాత్రమే. క్వాంటం భౌతిక శాస్త్రం ప్రకారం పదార్థం అనేది చాలా లోతుగా పరిశీలిస్తే అది కణాలుగా కాకుండా తరంగాల క్రింద

గోచరిస్తుంది. ఇంకా లోతుగా చూస్తే తరంగాలు కూడా ఆకాశంలో లీనమైపోతున్నవని స్ట్రింగ్ సిద్ధాంతము చెప్పింది. శక్తి-పదార్థం ఆకాశంతో సంబంధం ఏర్పడడాన్ని గమనిస్తే మనకు వెంటనే అర్ధమయ్యే విషయం ఈ ఆకాశం శూన్యం కాదు శక్తి పదార్థం యొక్క రూపాంతరమైన అనంత అస్థిత్వము అని.

ఇప్పుడు స్థూల ప్రపంచం అనగా అనంత విశ్వదృకోణం నుండి అనంత అస్తిత్వాన్ని దర్శించడానికి ప్రయత్నిద్దాం . ఒకసారి మన దృష్టిని అనంత విశ్వం వైపు సారించినప్పుడు మనము నివసించే భూమి అనబడే గ్రహం సూర్యుడు అనబడే నక్షత్రం మరియు రాత్రివేళ అసంఖ్యాకమైన నక్షత్రాలు దర్శనమిస్తాయి ఇవన్నీ కూడా తమ తమ నిర్దిష్ట స్థానాలలో స్థితి కలిగి ఉండి నిరంతర భ్రమనం/ చలనంలో వున్నవి దూరదర్శిని ప్రయోగించి గమనిస్తే గెలాక్సీలు కూడా కనబడతాయి పాలపుంత అనే గెలాక్సీలో భాగంగా మన సూర్య మండలం ఉన్నది మరియు పాలపుంత మధ్యలో కృష్ణ బిలం ఉన్నది.దాని చుట్టే గెలాక్సీలోని నక్షత్రాలు గ్రహాలు అన్ని పరిభ్రమిస్తున్నాయి

వీటన్నిటిని స్థిరమైన కక్షలలో పట్టించిన ఆకాశం కనబడుతుంది ఇంత బ్రహ్మాండమైన పదార్థంతో చేయబడిన ఆసంఖ్యాక గ్రహరాశులను తన యందు పట్టించిన ఆకాశము వీటన్నిటికంటే దృఢమైన మరియు స్థిరమైన ప్రతిపాదికను కలిగి ఉండవలెననీ సాధారణ తార్కిక దృష్టితో ఆలోచిస్తే మనకు అర్థమవుతుంది ఇప్పుడు క్వాంటం ఫీల్డ్ శాస్త్ర ప్రకారం చూస్తే ఆకాశము పదార్థ నిర్మితమైన గ్రహాలు నక్షత్రాలు వీటి సముదాయమైన గెలాక్సీలు అన్నీ కూడా అనంతంగా వ్యాపించి ఉన్న మన ఊహకు అందని ఒకానొక ప్రాతిపాదికన అనంతంగా స్థితి కలిగి ఉండి దానియేందే ఈ పదార్థ గ్రహరాసులన్నీ ఉద్భవించి నిజానికి ఆ అనంత ప్రతిపాదిక యొక్క ఒకానొక స్థితి మాత్రమే అయి ఉండి మన యొక్క పరిమిత పరిశీలనకు ఈ విధంగా కనపడుతున్నవి.

భారతీయ తత్వవేత్తలు మనం ఇక్కడ ఉన్న అనంత అస్తిత్వం యొక్క పూర్ణ సత్యాన్ని గ్రహించకపోవడానికి కారణం మాయా అంటారు మాయ అంటే అది

కూడా ఈ అనంత స్థితిలో భాగమే అది పేరైనా విషయం కాదు. మాయ అనబడే ఈ తెరను దాటి చూడగలిగితే పూర్ణ సత్యం అర్థం అవుతుంది ఇప్పుడు క్వాంటం భౌతిక శాస్త్రము ఈ మాయా తేరని దాటి అవతలికి చూస్తున్నప్పుడు శాస్త్రవేత్తలు సంభ్రమాశ్చర్యాలకు లోనవుతున్నారు.నిజానికి ఇక్కడ ఉన్న అనంత అస్తిత్వం ఈ విధమైన క్రియాశీలక స్వభావాన్ని స్వతసిద్ధంగా కలిగి ఉన్నది ఈ అనంత విశ్వం ఎల్లప్పుడూ క్రియాశీలకంగా వున్నది ఒక్క లయ స్థితి లో తప్ప. అనంత విశ్వం కంటే ఈ కనిపించే పదార్థ నిర్మితంగా కనిపించే విశ్వం పేరు కాదు అనంతంగా ఒకే ఒక ఆస్తిత్వం ఉన్నప్పుడు ఇక ఇక్కడ వేరే రెండవ వస్తువు యొక్క ఉనికి అనేది సంభవం కాదు అనంతము అన్నప్పుడు అక్కడ ఒకే ఒక్క వస్తువు ఉండాలి. ఈ స్థితికి చేరుకున్న భారత తాత్వికులు దీనిని అనంత శుద్ధ చైతన్యం అన్నారు దీనినే ఆంగ్లంలో ఇంఫినిట్ కాన్షియస్నెస్ అంటున్నారు ఈ శుద్ధ చైతన్యం దృగొచర విశ్వం కంటే అతీతమైనది దీని యొక్క పూర్తి నిజ స్వరూపాన్ని మనం తెలుసుకోవాలంటే మన ఇంద్రియ జ్ఞానము సరిపోదు అంటే మన తార్కిక ఉపకారణాలు కానీ భౌతిక ప్రయోగాలతో కానీ దీనిని దర్శించలేము అతింద్రియ జ్ఞానంతో అంటే ఊహాశక్తి చేత కొంతవరకు పరిమితంగా దీనిని అనుభూతం చెందగలము. అనంత శుద్ధ చైతన్యాన్ని మన పరిమిత ప్రపంచంలోనే అర్థం చేసుకోవడం అనేది పాక్షిక ప్రక్రియనే ఈ శుద్ధ చైతన్యాన్ని ఇంకొక మార్గంలో దీనిని అనుభూతం చెందడం లేదా దర్శించ వచ్చును ఇందు కొరకు మన దృష్టి సారించవలసింది మనలోని అంతరంగంలోని లోతైన తత్వాన్ని లేదా స్థితిని చేరుకోవాలి అది ధ్యానం చేతగాని జ్ఞానం చేతగాని చేరుకోవచ్చు అట్టి నిశ్చలమైన శాంతమైన మరియు ఆనందకరమైన స్థితిని సేరుగా అనంతశుద్ధ చైతన్య స్వరూపమైన పరమాత్మ అని పిలువబడే పరగమ్మ స్థానాన్ని దర్శించవచ్చు ఈ ప్రక్రియ భారత తాత్వికులు కనుగొన్న ఒక గొప్ప విప్లవాత్మకమైన జ్ఞాన ప్రయోగ శిఖరం అని చెప్పవచ్చు

ఈ పరమార్ధ జ్ఞానం పరిపూర్ణమైనది. ఇది నేటి భౌతిక వాదానికి వ్యతిరేకమైన "భావవాదం" కాదు. ఇది భౌతికవాదానికి సంపూర్ణతను చేకూర్చే జ్ఞానం. మనలోని అంతరాంతరాలలో వున్న శాంత స్వభావాన్ని దర్శించి ఆనందంగా

వుండడమనేది ఏ ఇతర సామాజిక రాజకీయ సిద్ధాంతాలకు వ్యతిరేకమైన విషయం / శాస్త్రం కాదు, ఇది వ్యక్తిగతమైన విషయం. ఇటువంటి జ్ఞానంతో నిండిన మనుషుల వల్ల అభివృద్ధి చెందిన సమాజం ఏర్పడుతుంది.అయితే జీవన ప్రయాణానికి సరిపడ సంపత్తి లేకుండా. ఈ జ్ఞానాన్ని అర్థించడమనేది అంత సులువుకాదు. ఆకలితో అలమటించే వారికి వేదాంతాన్ని బోధించడమనేది మానవజాతిని అవమానించడమేనంటారు శ్రీ స్వామి వివేకానందుల వారు. పూర్వకాలంలో కూడా రాజులు చక్రవర్తులు ఎక్కువగా ఈ జ్ఞానార్జనకుగాని దాని ప్రచారానికిగాని తోడ్పడ్డారు. మరికొందరు పూర్తిగా గృహస్థాశ్రమాన్ని వదిలి సన్యాసశ్రమాన్ని స్వీకరించి ఈ జ్ఞానార్జనకు అంకితమయ్యారు. ఏ ఆశ్రమాన్ని ఎన్నుకోవాలన్నది అది వారి వారి వ్యక్తిగత విషయం ప్రాపంచిక విషయాల్లో మునిగి వుంటునే కర్మయోగమనే ప్రక్రియను భగవద్గీతలో చెప్పినట్లుగా ఆచరించడం వలన జ్ఞాన స్థితిని పొందడమనేది వీటిల్లో ఉత్తమంగా చెప్పవచ్చును.

పరమార్థ జ్ఞాన లబ్ధి విషయానికి వస్తే జ్ఞానస్థితిని పొందడమనేది వారి యొక్క మేధా సంపత్తి శక్తిని బట్టి వుంటుంది. యువకులు, ధృడగాత్రులు సునిశిత మేధా సంపన్నులు మాత్రమే పరమాత్మను దర్శించగలరని ఉపనిషత్తులు చెబుతున్నవి. పరమాత్మ దర్శనం అనే గొప్ప చైతన్య స్థితిని ఒక్క భారత తత్త్వశాస్త్రం మాత్రమే చెబుతున్నది. అదికూడ సునిశిత మేధా సంపత్తి వలన "సచ్ఛాస్త్ర వివేకాదులచే సుందరమైనట్టియు, ఊహ్ అపోహ కుశలముగు బుద్ధి అను సఖిచేత మాత్రమే ఆత్మ పదము /పరమార్థ జ్ఞానము /పరమాత్మ దర్శనం సంప్రాప్తిస్తుంది కానీ ఇతర ఏ ప్రక్రియచేతనూ కాదు." "విముక్తి అనేది ఆకాశము అవతలి వైపున గాని, ఇవతల వైపున గాని లేదు. ఆత్మ జ్ఞానం ద్వారా శుద్ధి చేయబడిన మనసులో ఉంటుంది."-- శ్రీ యోగవాసిష్ఠ

"మోక్షానికి జ్ఞానము తప్ప మరేమార్గము లేదు"- శ్రీ యోగ వాశిష్ట

అంతఃకరణంలో వున్నట్టి శుద్ధ పరమాత్మ తత్త్వాన్ని నిరంతరము స్పృహగల్గి వుండటమే "గొప్ప పూజ" మరియు "గొప్ప ధ్యానము" అని చెప్పబడింది. - శ్రీ వశిష్టగీత చార్యుడు.

"దుఃఖ తత్త్వం తెలిసిన వారు సంశయమే మహా దుఃఖమును వచించిరి". శ్రీవసిష్ట గీత.

ఇక్కడ సంశయం అంటే పరమార్థ ఉనికి మరియు జీవన్మరణాలకు సంబంధించి, భగవంతులని ఉనికి మరియు మనిషికి గల సంబంధాల గురించిన సంశయాలు. ఈ సంశయ నివృత్తి ఈ విశ్వానికి సంబంధించిన పుట్టుక మరియు దాని లయ అది స్థితి గల్గివున్న అనంత పరమాత్మ తత్త్వపు జ్ఞానాన్ని పొందడం వలన జరుగుతుంది. దీనినే అనంత శుద్ధ చైతన్యమని కూడ అంటారు. వీటన్నింటికి మనిషికి గల సంబంధం, స్వర్గ నరకాలకు సంబంధించిన అంశము మరియు పాప పుణ్యాలకు మరియు మానవ జన్మ గల అత్యుత్తమ కర్తవ్యములు మొదలగు సంశయాలను దాటుటకు కష్టసాధ్యమైన సంసార సాగరాన్ని వివేకవంతులైన జనులు "జ్ఞాన యుక్తి" అనే నౌక చేత కేవలము ఒక నిముషములో దాటిపేచిరి -శ్రీ వశిష్టగీత.

జ్ఞాన సముపార్జన విషయానికి వస్తే తెలుసుకోవడం అనే ప్రక్రియ అంతిమ దశకు చేరిన తర్వాత ఆగిపోతుంది అంటే తెలుసుకోవాలనుకునే తత్త్వం తెలుసుకునేవాడు లీనమయ్యే ఒక దశ వస్తుంది ఈ అత్యున్నత దశతో మన జ్ఞాన ప్రక్రియ ఆగిపోతుంది అయితే ఇక్కడ ఇంకొక ప్రక్రియ మిగిలి ఉంటుంది అదేమిటంటే చివరి తత్వాన్ని మనము అనుభూతి చెంద వచ్చును అది శాంతంగా మరియు ఆనందదాయకంగా ఉంటుంది అదే పరమాత్మ యొక్క నిజ స్వరూపం ఇది మన అంతరాంతరాల్లోని స్వరూపం

ఈ జ్ఞానాన్ని తర్వాతి కాలంలో కొందరు విదేశీయులు ఇక్కడికి వచ్చి నేర్చుకుని వాళ్ళ ప్రాంతాలకు పెళ్ళి ప్రచారము చేసి మహానుభావులుగా ప్రసిద్ధి చెందారు. ఎందుకంటే ఈ జ్ఞానము సృష్టికి మరియు మనిషి యొక్క ఉనికిని పరమాత్మకు సంబంధించిన ప్రశ్నలకు సమాధానం ఇచ్చింది.

ఆధునిక విజ్ఞాన శాస్త్రము – వేదాంతము

నేను చైతన్యాన్ని ప్రాథమికమైనదిగా భావిస్తాను. పదార్థము చైతన్యం నుండి ఉద్భవించిందని నేను భావిస్తున్నాను.

ఈ శక్తి వెనుక ఒక చేతన మరియు తెలివైన మనస్సు ఉనికిని మనం భావించాలి." – మాక్స్ ప్లాంక్, క్వాంటం భౌతిక శాస్త్రానికి మార్గదర్శకుడు

"విశ్వం ఒక గొప్ప యంత్రంలా కాకుండా ఒక గొప్ప ఆలోచనలా కనిపించడం ప్రారంభించింది"

--- సర్ జేమ్స్ జీన్స్.

చైతన్యం శరీరంలో లేదు, శరీరం చైతన్యంలో ఉంది మరియు నీవు ఆ చైతన్యమే -
--డాన్ మిల్మాన్

ప్రముఖ భౌతిక శాస్త్రవేత్త ఎర్విన్ ష్రోడింగర్ వాస్తవికతపై తాత్విక దృక్పథాన్ని కలిగి ఉన్నాడు, ఇది ఏకీకృత, పరస్పరం అనుసంధానించబడిన అనంత చైతన్యం మరియు ఒకే, అంతర్లీన వాస్తవికతను సూచిస్తుంది. స్పష్టమైన బహుళ మనస్సులు ఒక భ్రమ అని మరియు నిజమైన వాస్తవికత ఒకే, తరంగ-వంటి అస్తిత్వం అని అతను నమ్మాడు. అనంత చైతన్యం మరియు భౌతిక వాస్తవికత మధ్య సంబంధాన్ని కూడా అతను అన్వేషించాడు, చైతన్యం భౌతిక పరస్పర చర్యల నుండి ఉద్భవిస్తుందని మరియు అది ఉనికి యొక్క ప్రాథమిక అంశం అని సూచించాడు.

క్వాంటం మెకానిక్స్‌లో కీలక వ్యక్తి అయిన వెర్నర్ హైసెన్‌బర్గ్, అనంత చైతన్యం మరియు క్వాంటం దృగ్విషయాల మధ్య సంబంధాన్ని, ముఖ్యంగా తరంగ ఫంక్షన్ పతనం గురించి అన్వేషించారు. పరిశీలన ప్రక్రియలో మరియు క్వాంటం వేవ్‌ఫంక్షన్‌లను నిర్దిష్ట ఫలితాలకు తగ్గించడంలో చైతన్యం పాల్గొనవచ్చని ఆయన సూచించారు. అయితే, చైతన్యానికి కు పూర్తిగా ఆధ్యాత్మిక పాత్ర ఉందని కూడా ఆయన వాదించారు.

వ్యక్తిగత చైతన్యం అనేది ఒక పెద్ద, ఏకీకృత అనంత చైతన్యం యొక్క అభివ్యక్తి కావచ్చు అనే ఆలోచనను ఆయన అన్వేషించారు, కొన్ని హిందూ తత్వాలతో పోల్చడం జరిగింది. --- వెర్నర్ ఐసన్ బర్గ్

ఒక అది భౌతిక వేత్త మరియు భౌతిక శాస్త్రవేత్త తమను తాము చాలా దూరం విస్తరించుకున్నప్పుడు వారు ఒకే స్థానంలో కలుస్తారు ఎందుకంటే ఇదంతా ఒకే అనంత అస్తిత్వం యొక్క యొక్క వ్యక్తీకరణ కాబట్టి

--స్వామి వివేకానంద

ప్రస్తుతం ఆధునిక విజ్ఞాన శాస్త్రము ఏకత్వం యొక్క అంతిమ లక్ష్యం చేరుకోవడానికి ఒక అడుగు దూరంలో మాత్రమే వుంది. ఈ విశ్వము అనేది మనకు గోచరించినట్లుగా పూర్ణ సత్యమైనది కాదు అని నిరూపించినందుకు 2022లో నోబెల్ ప్రైజ్ ముగ్గురు భౌతిక శాస్త్రవేత్తలకు ఇవ్వబడింది. అంటే ఈ విశ్వమంత అనంతంగా అవిచ్చిన్నంగా ఒక ఒక అస్థిత్వం అని దాదాపు భౌతికశాస్త్రము నిరూపించినట్లైయింది. క్వాంటం భౌతిక శాస్త్రం మరియు ఖగోళశాస్త్ర పరిశోధనలు విశ్వంలో ఐదు శాతం మాత్రమే కనిపించే విశ్వం, 27 % నేడు డార్క్ మ్యాటర్ మరియు 68 % డార్క్ ఎనర్జీ ఉందని చెప్పడం జరుగుతుంది. ఇదంతా వేదాంతంలో చెప్పబడినట్లుగా ఒకే ఒక్క అనంత అస్థిత్వం యొక్క వ్యక్తీకరణాలు తప్ప మరేవి కాదు అనేది నిరూపితమవుతున్నది. ఈ విషయాన్నే వేదాంతులు "జగత్ మిధ్య బ్రహ్మ సత్య" అని సిద్ధాంతికరించారు జగత్ మిధ్య అంటే ఈ కనిపించే విశ్వము లేదని కాదు. పంచభూతాలు వేటికవే స్వతంత్ర స్థితి కలిగిన వేర్వేరు పదార్థాలు కావు. ఇవి అన్నీ ఒకే అస్థిత్వం యొక్క వ్యక్తీకరణలు మాత్రమే. సూక్ష్మప్రపంచపు దృక్కోణం నుండి చూసిన లేదా స్థూల ప్రపంచపు దృక్కోణం నుండి చూసిన చివరకు ఈ విశ్వంలో రెండో వస్తువు అనేది లేదు అనే విషయము అర్థం అవుతుంది. చివరకు పదార్థము, శక్తి మరియు

ఆకాశము అనేది వేర్వేరుగా లేవు మరియు పరిమితంగా లేవు. అనంతంగా అవిచ్ఛిన్నంగా / అఖండంగా ఒకే ఒక అస్థిత్వం వుంది దీనిలోనే ఈ సృష్టి అనబడే వ్యక్తీకరణాలు ఒక క్రీడలాగ జరుగుతున్నాయని అర్థం. ఈ అనంత అస్థిత్వమే పరమాత్మ అని మరియు మనకు అన్వయించి చూసుకున్నప్పుడు ఆత్మ అని చెప్పబడింది. ఒకసారి పరిమితమైన విశ్వమనే భావన నుండి అనంత విశ్వమనే భావనలోకి మన ఆలోచన వెళ్తుందో మొత్తం మన ఆలోచన విధానము మారిపోయి ఈ కనిపించే విశ్వము పట్ల మరియు మన ఉనికి జీవితం పట్ల మొత్తం అర్థమే మారిపోయి మనలో ఒక గొప్ప వెలుగు గోచరిస్తుంది.

జీవితంలో అన్ని సమకూరిన తర్వాత అన్న, పాన మరియు స్త్రీ / పురుష సంగమ సంతోషాల తర్వాత ఒక కోరిక మిగిలే వుంటుంది. అది ఒక రకమైన అసంతృప్తి. దుఃఖ కారకమైన ఒక గొప్ప సంశయం. ఈ సంశయ నివృత్తి ద్వారా లభించే గొప్ప శాంతి మరియు ఆనందాల కొరకు మనిషి అంతఃరంగం తపిస్తు వుంటుంది. జీవితంలో ఇంకా తెలుసుకోవాల్సింది ఎంతో వుందనే సంశయాన్ని పరమార్ధ జ్ఞాన మొక్కటే సంశయ నివృత్తి గావించి మనస్సుకు అపరిమితానందాన్ని కల్గిస్తుంది.

ఈ జ్ఞాన మార్గములో మొట్ట మొదట దృష్టి సారించవలసింది మన దైనందిన సంసారిక ప్రపంచము నుండి దృష్టి మరల్చి గమనించినప్పుడు ఇక్కడ ఉన్న సృష్టి లేదా అస్థిత్వం అనబడేది అనంతంగా వున్నది అని అర్థం అవుతుంది. అలాగే నక్షత్రాలు, గెలాక్సీలు, గ్రహాలు, ఆకాశము అన్ని కూడ ఈ అనంత విశ్వములో నిర్దిష్ట స్థానాలలో చలిస్తున్నట్లు కనబడుతుంది. శ్రీకృష్ణ పరమాత్మ గీతలో చెప్పినట్లు "ఈ జగమంత పూల దండవలె నా యందు గ్రువ్వబడియున్నది."

ఇంతటి బ్రహ్మాండమైన నక్షత్రాలు మరియు గ్రహాలకు ఒక నిర్దిష్ట స్థానాలలో స్థితిని కల్పించిన ఆకాశము శూన్యం కాదనేది అర్థమవుతుంది. శ్రీ వషిష్టులవారు

చెప్పినట్లు "జలమందు తరంగమున్నట్లు మృత్తికయందు ఘటమున్నట్లు ఈ అనంత పరమాత్మ యందు ఈ జగత్తు స్థితి గల్గియుంది. ఇట్టి పరమాత్మ శూన్యమెట్లగును"

"నీటియందు అలలు వడిలేస్తున్నట్లు అనంత పరమాత్మ తనయందు సృష్టి స్థితి మరియు లయల జగదాదుల అనుభవము పొందుచున్నది".

ఈ విధంగా బాహ్య అనంత విశ్వం గుర్చి ఆలోచిస్తూ పరిశీలిస్తు మన దృష్టిని మన లోపలి వైపు కూడ సారించి చూడాలి. దీని కొరకు ద్యానము అవసరమైతే చేయాలి. ధ్యానం ద్వారా చివరకు అంతరంగములోని ఒక చివరి స్థానాన్ని చేరుకుంటారు. భగవద్గీతలో దీని గురించి ఈ విధంగా చెప్పబడింది. "స్థూల శరీరం కంటే ఇంద్రియాలు శ్రేష్టమైనవి, ఇంద్రియాల కంటే మనస్సు శ్రేష్టమైనది. మనస్సుకు మించినది బుద్ధి. బుద్ధికి మించి దానిలోపల / పైన పరమాత్మ మన శరీరంలో వున్నది". ఈ పరమాత్మ స్థితిని సృజించగలిగితే ఒక గొప్ప శాంతి మరియు ఆనందం వెంటనే కలుగుతాయి. మన అంతరంగంలోని ఈ చివరి శాంత మరియు ఆనంద స్థితియే అనంత పరమాత్మ యొక్క నిజ స్వరూప స్వభావము. అంటే ఇక్కడ వున్నది అనంతంగా ఒకే ఒక అస్థితత్వము అని. ఇట్టి అనంత అస్థితత్వాన్ని వివిధ తత్త్వవేత్తలు వివిధ పేర్లతో పిలుస్తూ వచ్చారు.

"ఏకం సత్ విప్రాబహుద వదంతి" - ఋగ్వేదం. ఒక అనంత అస్థిత్వాన్ని జ్ఞానులు వివిధ పేర్లతో పిలుస్తారు అని అర్థం.

"ఏదీ శూన్యవాదులకు శూన్యమో, కాలవాదులకు కాలమో, వేదాంతులకు బ్రహ్మమో, ఈశ్వర వాదులకు ఈశ్వరుడో ఇది ఒకే ఒక అనంత అస్థితత్వము - శ్రీ వశిష్ట గీత.

నా విశ్వరూపాన్ని చూడాలంటే నీ చర్మ చకువులు. అంటే నీ కళ్ళు సరిపోవు.. జ్ఞాన నేత్రం కావాలంటాడు భగవద్గీతలో శ్రీకృష్ణుడు. జ్ఞాన నేత్రం అంటే ఊహాశక్తి అన్నమాట. మనిషిలోని ఊహాశక్తి జ్ఞానము కంటే చాలా ముఖ్యమైనదంటారు

ఆల్బర్ట్ ఐన్స్టీన్ అనే గొప్ప భౌతిక శాస్త్రవేత్త, ఈయన యొక్క సాపేక్ష సిద్ధాంతం ప్రపంచానికి సంబంధించి అంతకు ముందుండే భౌతిక శాస్త్ర జ్ఞానాన్ని ఇంకొక అంతస్తుకు తీసుకుపోయి కాలము స్థలము అనేవి వాటికవే నిర్దిష్టమైనవి కావు అని గమనించే వ్యక్తి యొక్క స్థితిని బట్టి మారుతుంటాయి అని చెప్పింది. అంటే మనము కాంతి వేగానికి దగ్గరగా ప్రయాణిస్తున్నట్లయితే కాలం యొక్క వేగము మందగిస్తూ పోతుంది. అని ఒక కదులుతున్న వస్తువును మనము స్థిరంగా వుండి చూస్తే దానికి ఒక వేగం వుంటుంది. అదే మనము కూడా దానితో ప్రయాణిస్తూ వుంటే దాని వేగమనేది మన కొలతల ప్రకారం మందగిస్తూ పోతుంది. అదీ మనము కనక దానికి సమాన వేగంగా ప్రయాణించగలిగితే దాని వేగము సున్నా అవుతుంది. అంటే దాని వేగం పూర్వం లాగా అంతే వుంది తేడా అంతా దాన్ని కొలిచే మన యొక్క స్థితి మారడం వలన దాని వేగములోనూ మారినట్లు గమనిస్తాం కాబట్టి మనకు కన్పించే ఈ విశ్వం సాపేక్షముగానే నిజమైనది. మనకు కనిపించేది పూర్తి సత్యము కాదు. అంటే మనకు గోచరించే విశ్వమంతా మొత్తానితో మొత్తం పరమసత్యం కాదనేది నేటి భౌతిక మరియు ఇతర శాస్త్రాలైన రసాయన శాస్త్రాలు కనుగొనడం జరిగింది. ఈ విషయంలో పరిశోధనలు చేసినందుకు గాను 2022 భౌతిక శాస్త్రంలో నోబెల్ బహుమతి ముగ్గురు శాస్త్రవేత్తలకు ఇవ్వడం జరిగింది. ఇక్కడ ముఖ్యంగా రెండు ప్రయోగాలు ఇంతవరకు. వున్న మన భౌతిక శాస్త్ర జ్ఞానానికి భిన్నమైన విషయాలను బయటపెట్టాయి. డబల్ స్లిట్ ప్రయోగంలో కనుగొన్న ఆశ్చర్యకర విషయమేమిటంటే ఎలక్ట్రాన్ వంటి కణాలు. వాటిని ఎవరైన గమనిస్తున్నప్పుడు / చూస్తున్నప్పుడు మాత్రమే కణ రూపంలో వుంటాయి. / కన్పిస్తాయి. ఎవరు గమనించనపుడు అవి తరంగాల రూపంలో వుంటాయి. గమనించే వారిని బట్టి ఈ విశ్వం తనను తాను ప్రదర్శించు కొంటున్నది అంటే గమనించే వారు గమనించేబడేది అనే వాటి మధ్య విడదీయారాని అవినాభవ సంబంధము

వున్నాదనేది అర్ధమవుతున్నది. అంటే ఇక్కడ ఉన్న అనంత అస్తిత్వం అవిచిన్నంగా ఉన్నదనే విషయం ఈ ప్రయోగం ఫలితం వల్ల నిరూపితం అవుతుంది.ఇది ఇంతవరకు ఉన్న సైన్స్కు అందని విషయం.

అదే విధంగా ఇంకొక ప్రయోగ ఫలితం చూసినట్లయితే రెండు జతగూడిన కణాలు ఎంట్యాంగిల్డ్ పార్టికల్స్ విశ్వంలో ఎంత దూరములో ఒకదానికొకటి స్థితి గల్గియున్న కాంతి వేగం కంటే వేగంగా వెంటనే సమాచార మార్పిడి చేసుకుంటాయి. అంటే ఈ విశ్వం అవిచ్ఛిన్నంగా అఖండంగా అనంతంగా ఒకే ఒక అస్తిత్వం చేత నిండి ఉన్నదని అర్ధమవుతుంది

విశ్వం యొక్క ఈ లక్షణం మనకు అర్థం కాని విషయం. అంటే మన అనుభవములో గమనించిన పరిమిత ప్రపంచపు సంఘటనలతో సరిపోలదు.కాబట్టి ఇక్కడ ఉన్నఅనంత సత్యాన్ని యథాతకంగా మనం గ్రహించాల్సి ఉంటుంది.

పై రెండు ప్రయోగ ఫలితాలు శాస్త్రవేత్తలను గొప్ప ఆశ్చర్యానికి గురిచేసి ఒక గొప్ప విషయాన్ని తెల్పుతున్నాయి. అదేమిటంటే ఈ అనంత విశ్వంలో ఆకాశము దానిలో పదార్థం మరియు శక్తి లాంటివి వేర్వురుగా స్థితి గల్గి లేవు వీటన్నిటి మధ్యలో అసలు దూరమనేది కాని విడి విడిగా కాని లేవు ఈ విశ్వమంత అవిచ్ఛనంగా అఖండంగా అనంతంగా ఒకే ఒక వస్తువు లేదా అస్థిత్వంగా ఉన్నది. వేరే రెండవ వస్తువనేది లేదు అని, దీనినే మన వాళ్ళు అద్వైత పరమాత్మ అన్నారు. "ఎకమేవ అద్వితీయం బ్రహ్మ" అంటే ఈ విశ్వంలో వేరె రెండవ వస్తువే లేదు ఇది అనంతంగా అవిచ్ఛినంగా వుండే ఒక ఒక వస్తువు దీనినీ "శుద్ధ చైతన్యం అన్నారు.

అదే విధంగా ఇటీవలి వైద్యశాస్త్ర పరిశోధనలు మన వ్యక్తిగత చైతన్యము ఈ అనంత విశ్వ చైతన్యంతో అవిచిన్నంగా సంబంధం కలిగి ఉందని విషయాన్ని దాదాపుగా కనుక్కోవడం జరిగింది. "క్వాంటం ఫిజిక్స్లో ప్రకారం క్లాసికల్ ఫిజిక్స్ గమనించే

విధంగా ఒక కణం ఉనికిలో ఉండదు. ఖచ్చితమైన భౌతిక స్థానంలో ఉండదు బదులుగా ఇది సంభావ్యత యొక్క మేఘంగా (cloud) ఉంటుంది. కొలిచే ఉపకరణం దానిని గమనించినట్లుగా, దాని పర్యావరణంతో సంబంధంలోకి వచ్చినట్లయితే, ఆ కణం. దాని బహుళ స్థితుల "సూపర్ పొజిషన్"ని కోల్పోతుంది. ఇది ఒక నిర్దిష్టమైన, కొలవగల స్థితికి కూలిపోతుంది. పెన్రోస్ "మెదడులో ఈ విధంగా క్వాంటం-వేవ్ ఫంక్షన్ కుప్పకూలిన ప్రతిసారీ, అది స్పృహతో (consciousness) కూడిన అనుభవానికి దారి తీస్తుంది అని ఊహించాడు.

మెదడులోని మైక్రోటూబ్యూల్స్ ముడిపడి ఉన్న స్పృహ (consciousness) యొక్క ఈ క్వాంటం సిద్ధాంతం సరైనదని తేలితే, అది స్పృహపై (consciousness) మన అవగాహనను విప్లవాత్మకంగా మారుస్తుంది మరియు స్పృహ (consciouness), క్వాంటం స్థాయిలో, ఒకే సమయంలో అన్ని ప్రదేశాలలో ఉండగలదని ట్రెల్లింగ్ సిద్ధాంతాన్ని కూడా బలపరుస్తుంది. మరో మాటలో చెప్పాలంటే, ఇది ప్రతి చోటా ఏకకాలంలో ఉ ఉనికిలో ఉంటుంది. మీ స్వంత స్పృహ (consciousness) మీ మెదడుకు మించిన క్వాంటం కణాలతో ఊహాత్మకంగా కనెక్ట్ అవుతుందని సూచిస్తుంది. బహుశా అనంత విశ్వ చైతన్యంతో (Infinite Consciouness) సంబంధం కలిగి ఉంటుంది".

మిగతా దృశ్య ప్రపంచమంతా కేవలం గమనించే విధానాన్ని బట్టి వివిధ రకాలుగా గోచరిస్తుంది ఉదాహరణకు మనము కాంతిని మాత్రమే చూడగలము దాని ద్వారా ఈ విశ్వము మనకు కాంతి పరావర్తనానికి లోబడి పరిమితంగా కనబడుతుంది.

అదే ఎక్స్-రేలను లేదా ఇన్ఫ్రారెడ్-రేలను మనము చూడగలిగితే ఈ దృశ్యప్రపంచం మొత్తము వేరె విధంగా కన్పిస్తుంది. అదే విధంగా ప్రపంచంలో ఎన్నోరెడియో తరంగాలు మరియు ఈ విశ్వాంతరాలలో నుండి ఎన్నో తరంగాలు ప్రతి క్షణం మన మెదళ్ళనుండి ప్రసారిస్తుంటాయి కాని మనము వాటిని

గ్రహించలేము, వాటికి సంబంధించిన గ్రహకాలు మాత్రమే వాటిని గ్రహిస్తాయి. అదేవిధంగా విశ్వాంతరాళాలలోకి దృష్టిని సారించి చూస్తే గ్రహాలు నక్షత్రాలు గెలాక్సీలు మరియు మన భూమి కూడా ఎంతో వేగంగా కదిలిపోతున్నాయి కానీ మనం వాటిని గమనించలేము. మనకు కనిపించే విషయంలోని గ్రహాలు నక్షత్రాలన్నీ మనకు స్థిరంగా ఉన్నట్టు కనపడతాయి అంటే మనకు కన్పించే ఈ దృశ్య ప్రపంచం విశ్వంలోని ఒకానొక భాగం మాత్రమే. సంపూర్ణంగా మన ఇంద్రియాలచే ఈ విశ్వం యొక్క మొత్తం స్వరూపాన్ని చూడలేమనేది అర్థమవుతుంది.

పరమార్థ దృష్టితో చూస్తూ పైవిషయాలన్నిటిని నుండి సారాంశం తీస్తే అర్థమయ్యేదేమిటంటే ఇక్కడ వున్నది అనంతం మరియు అవిచ్ఛన్నమైన మనకు కన్పించే పదార్థం, ఆకాశము మరియు శక్తి రూపాలను కలుపుకుని ఒకే అనంత అస్థితత్వం వున్నదనేది. మనకు కూడా ఆ అనంత అస్థిత్తత్వంమే కాబట్టి ఎప్పుడైతే మనము ఈ విషయం అవగత మవుతుందో మనలో ఒక వెలుగు వెలిగి శాశ్వతమైన మాటల కందని ఆనందం మరియు శాంతి లభిస్తాయి. దీన్నే పరగమ్యం దీన్నే మోక్షము లేదా కైవల్య పదం లేదా పరమపదం పరమాత్మ దర్శనం అని కూడ అంటారు. మన వెదాంతులు సాధించిన ఘనకార్యం ఈ జ్ఞానం ఇచ్చే శాంతి మరియు ఆనందం పొంది జీవితాన్ని ఒక గొప్ప వరంలాగా అనుభవించడం. మనిషి తనని ఒక అల్ప జీవిగా కాకుండా అనంత విశ్వపు అంశగా ఒక అమరత్వపు అస్థితత్వంగా భావించినపుడు కలిగే బ్రహ్మానందం మాటల్లో చెప్పలేనిది.

మనిషి జీవించి వుండగనే అమరత్వ భావాన్ని పొందగలడని వేదాంతం చెబుతున్నది. ఈ జ్ఞానోదయం వలన మనిషి మరణం అనే భయం నుండి విముక్తుడౌతాడు. మరణం అంటే ఇక్కడ వున్న అనంత ఆత్మ / పరమాత్మ ఒకనొక పరిమిత ఆకారాలను నిరంతరం మార్చుతూ పొయె ఒక క్రీయ / లీల

మాత్రమే అని తెలుసుకొని మనిషి జీవాత్మకు అంటిపెట్టుకుని బాధపడే స్థితి తొలగిపోతుంది. ఈ సృష్టి అంత ఒక మారుతూ వుండె పరమాత్మ అని పిలువబడే ఈ అనంత విశ్వంలో జరిగే ఒక క్రీడ ఒక లీల అని అర్ధమవుతుంది.

ముండక ఉపనిషత్తులలో ఒక ఆసక్తికరమైన ప్రశ్న లేవనెత్తబడింది. ఏ వస్తువు స్వభావాన్ని తెలుసుకుంటే విశ్వములోని అన్ని వస్తువుల స్వభావాన్ని తెలుసుకున్నట్లువుతుంది. సుదీర్ఘ పరిశోధనల తర్వాత మనవాళ్లు. తెలుసుకున్నదేమిటంటే మనలోని అంతరంగాన్ని దర్శించడమేనని. అంటే మనము కూడ ఈ విశ్వము దేని చేత చేయబడిందో దాని చేతనే చేయబడి వున్నాము కాబట్టి మన యొక్క అంతరంగములోని శాంతి మరియు ఆనందం ఈ అనంత విశ్వము మరియు అందులోని ప్రతి వస్తువు యొక అస్సలు స్వరూప లక్షణము అని. ఇక్కడ అస్థిత్వము కలిగి వున్నది అనంతమైనపుడు, అది సహజంగానే శాంతంగా మరియు ఆనందంగానే వుంటుంది. అనంత విశ్వానికి బాధ్యత అనేది కూడ ఏది వుండదు. అందుకే భగవద్గీతలో శ్రీకృష్ణుడు "నాకు ముల్లోకములో బాధ్యత అనేది ఏది లేదు. అయినా కర్మముందే వర్తించుచున్నాను" అంటాడు. ఈ అనంత పరమాత్మ అయిన విశ్వాన్ని "సచ్చిదానంద" సత్+చిత్+ఆనంద స్వరూపమని అంటారు.

మనలోని ఈ అంతరంగాన్ని చేరుకుని దాని స్వభావాన్ని తెలుసుకోవడానికి కొందరికి ధ్యానము అవసరమైతుంది. మన ఉనికి మరియు జనన మరణ సంశయాలు సహజంగా మనిషిని నిరంతరం బాధిస్తుంవుంటాయి. ఈ సంశయ నివృత్తి ఒక పరమార్ధ జ్ఞానము వలననే జరుగుతుంది. ఇందుకొరకు అనంత తత్వాన్ని మొట్ట మొదటిగా అర్థం చేసుకోవాల్సి వుంటుంది. ఇక్కడ వున్న అస్థితత్వము అనంతమైంది. ఈ అనంతంలోనే ఈ దృశ్యం ప్రపంచం ఉద్భవించింది మరియు దాని యందె స్థితి గల్గి వున్నది. అంటే ఈ అనంత విశ్వమంతా ఒకే ఒక అనంత అస్థిత్వతం యొక్క ఉత్పత్తియె అన్నది నిర్వివాదాంశం. "ఈ విశ్వం ఒక

అదనపు విశ్వభగవంతునిచే సృష్టించబడలేదు లేదా ఇది బయట మేధావి యొక్క పని కాదు. ఇది స్వయంగా. సృష్టించబడి, వ్యక్తీకరించబడి మరియు స్వయంగా నాశనం చేసుకోబడే ఒక అనంత "అస్థిత్వం"- స్వామి వివేకానంద. ఇది మన భారతీయ తాత్వికులు కనుగొన్న సృష్టి రహస్యం. ఈ అనంత అస్తిత్వాన్ని పరమాత్మ అని కూడా పిలుస్తారు

అయితే విభిన్న వస్తువులుగా కన్పించే విశ్వం ఒకే ఒక అంశంగా అర్థం చేసుకోవడం అంత సులువైన పని కాదు. దీని కొరకు బ్రహచర్యం ఆచరించ వలసి ఉంటుంది. అంటే ఈ తత్వం అవగాహన అయ్యే వరకు నిరంతరం దీనియందె శ్రద్ధ గల్గి వుండుట. ఈ జ్ఞానార్జనలో చివరిదైన ఈ అవగాహన దశ చాల కష్టతరంగా ఉంటుంది.ఈ దశను దాటడాన్నే "వైతరణి నది" దాటడంగా చెప్పబడింది.

మన పూర్వీకులైన భారత తత్వవేత్తలు ఈ సృష్టి రహస్యం దేవుడు మరియు వీటికి గల సంబంధాల గురించి చాలా లోతుగా వెల ఏళ్ళు పరిశీలించిన తర్వాత చేరుకున్న దశనే "అహం బ్రహస్మి" అనే విషయం. అలా ఒక పరిణామ క్రమంలో ద్వైతము, విశిష్ట అద్వైతము చివరగా అద్వైతమును మన తాత్వికులు చేరుకోవడం జరిగింది. సృష్టికర్త / దేవుడు ఈ విశ్వాన్ని సృష్టించాడు అని ద్వైతము. సృష్టికర్త యొక్క అంశము ఈ విశ్వంలో కూడా ఉన్నదనేది విశిష్ట అద్వైతం మరియు సృష్టికర్త మరియు ఈ సృష్టి / అనంత విశ్వం వేరుగా లేవు, ఈ అనంత విశ్వంలో వేరే రెండో వస్తువే లేదనేది అద్వైతము "సర్వఖల్విదము బ్రహ్మ". ఈ విధమైన జ్ఞాన శిఖారాన్ని చెరడమనేది ఒక జ్ఞాన విప్లవం అని చెప్పాలి. ఈ జ్ఞాన శిఖరాన్ని అధిరోహించడాన్నే పరమాత్మ దర్శనం అంటారు. ఈ ప్రపంచంలోని ఇతర ఏ మతాల్లో కూడ "పరమాత్మ దర్శనం" అనే విషయం లేదు. ఒక్క భారత తాత్త్యకులు మాత్రమే ఈ అద్భుతమైన పరమాత్మ దర్శనం గురించి చెప్పడం జరిగింది. ప్రస్తుత కాలంలో చాలా తక్కువ మంది మాత్రమే, ఈ దర్శనాన్ని చేయగలుగుతున్నారు. దానికి వివిధ కారణాలున్నవి. దీనికి

సంబంధించిన బోధన చాల పూర్వకాలంలో ఆనాటి దేశవాలి పరిస్థితులకనుకూలమైన విధానంలో మరియు భాషలో బోధించడం మరియు ప్రస్తుత కాలములో ఈ తత్త్వాన్ని అర్థం చేసుకోగలిగే విజ్ఞాన శాస్త్రం ఎంతో అభివద్ధి చెందిన ఈ కాలంలో ఆధునిక ఆవిష్కరణలను సమన్వయం చేసుకుంటూ ఈ తరానికి అర్థం అయ్యేటట్లు చెప్పలేక పోవడం. నేటి భౌతిక శాస్త్రం దాదాపుగా బ్రహ్మ జ్ఞానంలో చెప్పబడినట్లు ఈ అనంత విశ్వంలో "శుద్ధ చైతన్యం" తప్ప వేరే వస్తువు లేదని నిర్ధారణకు వచ్చేసింది. ఈ విషయాన్ని స్వామి వివేకనంద గారు చాల కాలం క్రితమే భవిష్యవాణిగా చెప్పివున్నారు.

ప్రశ్నలకు సమాధానం

ఈ సృష్టి ఎలా ఉద్భవించింది ? ఎవరైనా సృష్టికర్త ఉన్నాడా? ఉంటే, సృష్టికర్త ఎక్కడ ఉంటాడు ? ఆ సృష్టికర్తను మనం చూడగలమా? దీనిని ఎందుకు సృష్టించాడు? ఈ సృష్టిలో మన పరమ కర్తవ్యం ఏమిటి? మనిషి చనిపోయిన తర్వాత జీవాత్మ అనేది మిగిలి ఉంటుందా? పునర్జన్మ అనేది ఉంటుందా? వంటి అనేక ప్రశ్నలు మనలో తలెత్తుతుంటాయి. ఈ ప్రశ్నలకు సంతృప్తికర సమాధానాలు కనుగొనడం అనేది అన్ని కాలాల్లో చాలా క్లిష్టమైన ప్రక్రియ. ఈ ప్రశ్నలు తలెత్తడం ప్రక్రియనే మాయ అని చెప్పడం జరిగింది. ఈ ప్రశ్నలను, అంటే మాయను, దాటడం ద్వారా పరమాత్మ దర్శనం కలుగుతుంది. ఈ ప్రశ్నలకు సమాధానాలు వెతికే ముందు, మనం ఈ ప్రశ్నల యొక్క ఆవిర్భావాన్ని పరిశీలించాల్సి ఉంటుంది. అంటే, ప్రశ్నల యొక్క మూలాన్ని మనం పరిశీలించాల్సి ఉంటుంది. ఈ ప్రశ్నలకు మూలం మనకు మనం నివసించే ఈ పరిమిత ప్రపంచంలో జరిగే ఘటనలు. అంటే, మనం పరిమిత ప్రపంచంలోని ఘటనలను అంతిమ సమాధానాలు కనుగొన్నట్లు భ్రమ పడుతుంటాం. ఉదాహరణకు, ఒక సంఘటన జరగడానికి ఒక శక్తి మరియు దానికి కారణం ఉన్నట్లు మనకు కనపడతాయి. నిజానికి, ఆ కారణాన్ని, దాన్ని సంభవం చేసిన శక్తి యొక్క మూలానికి వెళ్లి పరిశీలిస్తే, అవన్నీ పరమార్థమున ఉనికిని కోల్పోతాయి. అనంతతత్వంలో లీనమై అర్థం లేకుండా పోతాయి.

అంటే మనలో ఉద్భవించే ప్రశ్నలు పరమార్థ దృష్టితో పరిశీలిస్తే, వాటికి ఉనికి లేదని అర్థమవుతుంది. పరిమిత ప్రపంచంలో తలెత్తే ప్రశ్నలకు అనంత తత్వానికి ఆపాదించి చూడడం అనే ప్రక్రియ సరైనది కాదు. ఎందుకంటే, ఇక్కడ ఉన్న అనంత అస్తిత్వం చేత మనకు యథార్థమని బ్రహ్మ కలిగించే ఘటనలు జరుగుతున్నాయి. నిజానికి, అనంత అస్తిత్వంలో జరిగే సంఘటనలు పరిమిత ప్రపంచపు సంఘటనల వల్ల తలెత్తే ప్రశ్నలకు సమాధానాలు లభించినట్లు, అనంత అస్తిత్వానికి కూడా లభించాలని భావించడం సరైన దృక్పథం కాదు. ఈ

ప్రశ్నలను అనంత పరమాత్మ దృష్టితో దాటడం అనేది నిజానికి మనం గల పెద్ద అవరోధం. ఈ స్థితిని దాటగలిగితే, అనంత పరమాత్మ తత్వం సులభంగా అర్థమవుతుంది.

ఈ విశ్వ వ్యాకోచానికి కారణమైన డార్క్ ఎనర్జీ 68 శాతం కలదని మరియు 27% డార్క్ మేటర్ కలదని శాస్త్రజ్ఞులు చెబుతున్నారు. మనకు సహజంగానే ఈ సృష్టి ఎలా వచ్చింది, మొదలగు విషయాలకు అర్థం తెలుసుకోవాలని ఉంటుంది. అయితే, వీటికి సమాధానం కావాలంటే, మనం ఈ పరిమిత జగత్తులో గమనించిన విషయాల నుండి ఒకసారి అనంత విశ్వం వైపు దృష్టి సారించవలసి ఉంటుంది. మన తార్కిక ఆలోచన రంగస్థలం వేదికను పరివిత్త ప్రపంచం నుండి అనంత విశ్వం రంగస్థలానికి మార్చుకోవాల్సి ఉంటుంది. అర్థం చేసుకోవడం అంటే ఏమిటి? ఫలానా విషయం ఈ విధంగా ఇక్కడ నేను గమనించాను కాబట్టి, ఈ అనంత విశ్వానికి సంబంధించిన అంశాలు వీటితో సరిపోవాలని అనడం. సృష్టికి సంబంధించి ఆలోచించినపుడు, ఇప్పుడు మనకు ఒక క్రొత్త విషయం వెలుగులోకి వచ్చింది. సృష్టి అనేది ఒక పాత వస్తువునుండి క్రొత్త వస్తువు రూపాంతరం చెందిన విషయమే, కాని సంపూర్ణంగా క్రొత్త వస్తువు ఇక్కడ సృష్టించబడడం లేదు. అనంతమనే విషయము మనకు అంత సులభంగా అర్థం కావడం లేదు, ఎందుకంటే మనము ఎప్పుడు పరిమితమైన ప్రపంచాన్ని గమనిస్తూ వస్తున్నాము. కానీ ఇక్కడ ఉన్నది అనంత విశ్వం. దానిలో జరిగి సృష్టి అనబడే ఈ గ్రహాలు, నక్షత్రాలు మరియు కొన్ని గ్రహాలలో జీవులు, శక్తి, ఆకాశం ఇవన్నింటిని అనంత దృక్పథంలో చూడడం వల్ల మనకు ఒక క్రొత్త అనుభూతి మరియు ఆశ్చర్యం కలుగుతుంది. ఎప్పుడైతే ఈ అనంత తత్త్వం మనకు అవగతమవడం మొదలౌతుందో, అనంతంగా ఉన్న పరమాత్మకు మనం దగ్గరగా వెళ్తున్నట్లు, చివరి దశలో మన వునికికి సంబంధించిన జ్ఞానం కూడా కలిగి, ఒక

జ్యోతి లాంటి జ్ఞానోదయం కలుగుతుంది. ఈ స్థితినే మోక్షం, కైవల్యపదం, పరమపదం, పరందామం అనే పేర్లతో పిలుస్తారు. సత్యానికి మన శాస్త్రీయ విజ్ఞానం దగ్గరవుతున్న కొలది, క్రొత్త విషయాలు మనలను ఆశ్చర్యానికి గురి చేస్తున్నాయనేది క్వాంటమ్ ఆఫ్ ఫిజిక్స్ ద్వారా అర్థమవుతుంది. పరిమిత ప్రపంచంలోని విషయాలను అనంత విశ్వానికి ఆపాదించి సమాధానాలు వెతకడం కన్నా, అనంత విశ్వం దృక్కోణం నుండి పరిశీలిస్తే, ఈ సృష్టి రహస్యాలు చాల సులభంగా అర్థమవుతాయి. అనంతమనే విషయాన్ని మనము మన పాత పద్ధతి ద్వారా అర్థం చేసుకోవడం అనేది సంభవం కాదు. 100 చదరపు అడుగుల చిత్రపటాన్ని 100 సెంటిమీటర్ల దూరం నుండి చూస్తే, దాని మొత్తం చిత్రం మనకు కనిపించదు. పరమాత్మ తత్త్వం పరిమిత ప్రపంచ దృక్కోణం నుండి చూస్తే అర్థం కాదు, ఎందుకంటే అనంతం అనే విషయం మన ఊహాశక్తికి అందదు. కాని మనము ఒకరకమైన అనుభూతి ద్వారా ఇక్కడ ఉన్నది అనంతం అని గుర్తించగలము. అంటే ఇక్కడ మన పరిమిత అస్థిత్వంతో పోల్చి అర్థం చేసుకోవడం లేదా పోల్చిచూడడం అనే ప్రక్రియను వదిలి, ఇక్కడ గల అనంతం అనే సత్యాన్ని ఉన్నది ఉన్నట్లుగా మనము దర్శించగలగాలి.

జ్ఞాన సమపార్జన ప్రక్రియలో ఒకానొక తుది దశను చేరుకున్న తర్వాత, ఇక తెలుసుకోవడం అనేది సాధ్యం; కానీ పరిస్థితి వస్తుంది అంటే ఆ స్థితిలో తెలుసుకొబడేవాడు మరియు తెలుసుకోనేవాడు ఒకటే అయిపోతారు. ఈ స్థితిలో మన తాత్వికులు ఆ దశను అనుభూతి చెందగలమని చెప్పారు. ఈ స్థితి శాంతంగా మరియు ఆనందదాయకంగా ఉంటుంది, ఇది మన అంతరాంతరాల్లోని అంతిమ స్థానం, ఇది పరమాత్మ యొక్క నిజ స్వరూపం. దీనిని దర్శించడం అనేది పరమార్థ జ్ఞాన ప్రక్రియ యొక్క గమ్యం.

ఎప్పుడైతే మనకు ఈ సృష్టి రహస్యాలను అనంతం అనే దృష్టి కోణం నుండి గమనించడం మొదలు పెడతామో, పరమార్ధ జ్ఞానానికి సంబంధించిన విషయం అవగాహన సులభమౌతుంది.

"మనం వాస్తవమని పిలిచే ప్రతిదీ వాస్తవమైనదిగా పరిగణించలేని వస్తువులతో రూపొందించబడింది" -- నీయిల్స్ బోర్

క్రొత్త ఆవిష్కరణలు ఆధునిక శాస్త్రవేత్తల మొలకెత్తుతున్నప్పుడు, ఆల్బర్ట్ ఐన్స్టీన్ మరియు హైసన్ బర్గ్ లాంటి వారు చాలా గందరగోళ పరిస్థితిని ఎదుర్కొన్నారు. ఎందుకంటే వారి ముందు కన్పిస్తున్న సత్యాలు, అంతకు పూర్వ శాస్త్రం కంటే చాలా భిన్నంగా, విప్లవాత్మకంగా కనిపించసాగాయి.

ఒక అలవాటు పడిన కరడు గట్టుకు పోయిన అభిప్రాయాలను కానివ్వండి లేదా అంతవరకు కనుగొనబడిన శాస్త్రవిషయాలను కానివ్వండి. వాటి నుండి క్రొత్త విషయాలు ముందుకు వచ్చినప్పుడు, సహజంగానే వెంటనే అంగీకరించి ఆమోదించక పోవడం అనేది మానవుని సహజ ప్రకృతి. క్రొత్త విషయాలను ఆమోదించాలంటే గొప్ప సునిశిత మేధా శక్తి మరియు ధైర్యం కావాల్సివుంటుంది. ఒక సింహం ఏవిధంగానైతే వేటగాని వలను ఛేదించుకొని బయటకు దూకుతుందో, అంతటి శక్తి సామర్ధ్యాలతో ఈ పాత అభిప్రాయాల నుండి బయటపడి ఇక్కడ ఉన్న ఈ అనంత తత్త్వాన్ని అవగాహన చేసుకుని అనుభూతి చెంది అనంతమైన శాంతి మరియు ఆనందాలను పొందవలెనని మన పూర్వీకులు మనపై ఎంతో ప్రేమతో ఈ గ్రంథాలను అందించారు. అయితే, దురదృష్టవశాత్తు ప్రస్తుత కాలంలో ఈ ఆధ్యాత్మిక గ్రంథాలను పఠించేవారుగాని, ఆలోచించేవారు గాని వీటి గురించి చెప్పే వారుగాని చాలా అరుదు.

ఆధ్యాత్మిక స్వేచ్ఛ

"శారీరక స్వేచ్ఛ, మానసిక స్వేచ్ఛ మరియు ఆధ్యాత్మిక స్వేచ్ఛ" ఇది ఉపనిషత్ ఘోష

పరమార్థ జ్ఞానం వల్ల కలిగే ఆధ్యాత్మిక స్వేచ్ఛ యొక్క విలువ మాటలకు అందనిది. నిజంగా, ప్రపంచంలో మానవ జీవితానికి సంబంధించి స్వేచ్ఛను మించిన లబ్ధి/అంశం మరొకటి లేదు. ఈ స్వేచ్ఛ కొరకు సృష్టిలోని ప్రతి జీవి, ప్రతి వస్తువు ప్రయత్నిస్తుంటాయి, అంటారు స్వామి వివేకానందులు. ప్రస్తుత కాలంలో మనం చాల వరకు ఆధ్యాత్మికతలోనే వుంటున్నాము. మనిషికి కావాల్సింది ఆధ్యాత్మిక స్వేచ్ఛ. అందులో భాగంగా విగ్రహారాధన చేస్తూ పరమాత్మను గురించిన భయాందోళనతో బ్రతుకుతున్నాము. ఈ భయాందోళనలు మరియు సందేహాల నుండి భారతీయ ఆధ్యాత్మిక పరమార్థ జ్ఞానం చాల వేల సంవత్సరాల క్రితమే మనిషిని బయట పడేసింది. అంటే, కర్మకాండను దాటి వేల సంవత్సరాల క్రితమే జ్ఞానకాండను చేరుకుని పరమాత్మ దర్శనాన్ని మన తాత్త్వికులు చేసుకున్నారు. దూరదృష్టవశాత్తు ప్రస్తుత కాలంలో చాలా తక్కువ సంఖ్యలో మాత్రమే ఇట్టి జ్ఞానాన్ని ఉపయోగించి ఆనందకరమైన జీవితాన్ని గడపగలుగుతున్నారు. అధిక సంఖ్యలో ప్రజలు ఇంకా ఈ పరమార్థ జ్ఞానానికి దూరంగా వుంటూ, వెలకట్టలేని విలువైన మన జ్ఞాన భాండాగారాన్ని కనుగొనలేక దాని ఉపయోగాన్ని పొందలేకపోతున్నారు.

"ప్రతి ఆత్మ దైవిక శక్తితో కూడుకున్నది. బాహ్య మరియు అంతర్గత ప్రకృతిని నియంత్రించడం ద్వారా ఈ దైవత్వాన్ని వ్యక్తపరచడమే లక్ష్యం. దీన్ని పని, పూజ, మానసిక నియంత్రణ లేదా తత్వశాస్త్రం ద్వారా - ఒకటి, అంతకంటే ఎక్కువ లేదా వీటన్నింటి ద్వారా - చేయండి మరియు "**స్వేచ్ఛగా ఉండండి**."

ఇది మతం యొక్క గమ్యం. సిద్ధాంతాలు, లేదా ఆచారాలు, లేదా పుస్తకాలు, లేదా దేవాలయాలు లేదా రూపాలు ద్వితీయ వివరాలు మాత్రమే.-- స్వామి వివేకానంద

"ప్రస్తుత కాలంలో మానవుడు ఎంతో అభివృద్ధి చెందిన శాస్త్ర సాంకేతికతను సాధించడం ద్వారా జీవితాన్ని మెరుగు పరచుకోవడానికి నిరంతరంగా పనిచేయాల్సి వస్తుంది. యుక్త వయస్సులో కష్టపడి జీవితానికి కావాల్సినంత సంపాదించుకున్న తర్వాత ఒక వెలితి అతనిని వెంటాడుతుంది. ఈ సృష్టి, భగవంతుడు తన జీవిత ధ్యేయం మొదలైన సమాధానాల కోసం అప్పుడప్పుడు ప్రశ్నలు తలెత్తుతుంటాయి. సరైన సమాధానాలు దొరక, ఆ ప్రశ్నలు అలాగే బాధాకరమైన సంశయాలుగా మిగిలిపోతుంటాయి. దైవ భీతి చేత గుడులకు వెళ్ళడం, వివిధ మత గురువులను ఆశ్రయించడం చేస్తుంటారు. ఈ చర్యల వల్ల కొంతమందికి జ్ఞానోదయం కలగవచ్చు. అయితే తన సంశయాలను తీర్చే జ్ఞానం మన ప్రాచీన తత్త్వజ్ఞానంలో వున్నది అన్న విషయం దురదృష్టవశాత్తు చాలా మందికి తెలియదు. సరైన దారిచూపే గురువులు కూడా అరుదుగా ఉంటారు. అభివృద్ధి చెందిన శాస్త్ర సాంకేతిక విజ్ఞానం కల ఈనాటి సమాజంలో మన ఉపనిషత్తులలో చర్చించిన జ్ఞానం అంతిమతీరాలకు చేరిన విషయాన్ని సరిగా వీరి ముందుకు తీసుకు రాగలిగితే, చాలా సులువుగా వీళ్లు అర్థం చేసుకోగలరని నా నమ్మకం." మన పరిస్థితి ఎలా ఉందంటే: మన పూర్వీకులు గొప్ప ఖజానాను మన ఇంట్లో ఉంచి ఉన్నారు, కానీ దాని ప్రయోజనాన్ని తెలుసుకోకుండా బీదరికంతో బాధపడుతున్నట్లుగా ఉంది. ఈ గొప్ప జ్ఞాన ఖజానాను మన అందరూ అనుభవించి, తమ జీవితాలను సుఖశాంతులతో గడపాలని మన పూర్వీకుల కోరిక. ఈ విషయంలో మనకంటే ప్రాశ్చాత్య దేశీయులే ఎక్కువగా భౌతిక సంపద సృష్టిలో ముందున్నారు. ప్రకృతి రహస్యాలను ఛేధించడం ద్వారా భౌతిక సంపదను సృష్టించడానికి శాస్త్రవేత్తలకు అతీంద్రయ/ఊహాశక్తి జ్ఞాన ప్రయోగం చేయవలసి ఉంటుంది. శ్రీకృష్ణుడు భగవద్గీత చివరలో చెప్పినట్లు, ఎక్కడ ఈ వేదాంత జ్ఞానం ఆచరించబడుతుందో, అక్కడ సంపద, జ్ఞానం, ధర్మం తప్పకుండా ఉంటాయి.

ఈ జ్ఞానార్చనకు ఈనాటి విద్యావంతులైన మేధావులు నేరుగా ఉపనిషత్తులు, శ్రీ భగవద్గీత, శ్రీ వశిష్టగీత, శ్రీ అవధూతగీత, శ్రీ అష్టవక్రగీత మరియు ఇతర వేదాంత గ్రంథాలను చదివి, విచారించి అర్థం చేసుకోవడానికి ప్రయత్నించాలి. అట్టి ప్రయత్నంలో అవసరమైతే, ఈ జ్ఞానముకల వారి నుండి సలహాలు, సూచనలు తీసుకోవచ్చు. శాస్త్ర సాంకేతిక రంగాలలోని వ్యక్తులు సహజంగానే విచారణ అనే ప్రక్రియను కలిగి ఉంటారు. విచారణకు మన పూర్వీకులు ఎంతటి ప్రాధాన్యతను ఇచ్చారో ఈ వశిష్టగీతలోని శ్లోకము చూస్తే అర్థమవుతుంది: "విచారణ ద్వారానే ఉత్తమ పురుషులకు బుద్ధి, బలము, తేజము సమయోచిత స్ఫురణ, క్రియానుష్టానము తత్ఫలితము లభించుచుండును కాబట్టి అట్టి విచారణను ఎప్పుడూ వదిలిపెట్టకుండా ఎల్లప్పుడు నిమగ్నమై ఉండాలి." మనం ఏ విధంగా పురుష ప్రయత్నం మరియు విచారణ ద్వారా సంపదను సృష్టించి జీవితాలను సుఖవంతంగా చేసుకున్నామో, అదే విధంగా ఇంకొక అడుగు ముందుకు వేసి ఈ అనంత విశ్వ వీక్షణం చేస్తూ విచారించడం వలన పరమార్థ జ్ఞానం సమకూరి పరమాత్మ దర్శనం మరియు ఆధ్యాత్మిక స్వేచ్ఛను పొంది బ్రహ్మానందాన్ని అనుభవించవచ్చు.

ధ్యానము

"అభేద దర్శనమే జ్ఞానం; మనసును నిర్విషయముగా నింపుటనే ధ్యానం. మనసు నందలి మాలి న్యమును మరియు అపవిత్రతను తొలగించుటే స్నానం; ఇంద్రియ నిగ్రహమే సౌచము." - మైత్రేయోపనిషత్తు

పరమార్థ జ్ఞానార్జనలో కర్మ, భక్తి, రాజ మరియు జ్ఞాన యోగాలనే నాలుగు రకాలైన యోగ విధానాలు కలవు. అయితే, అత్యుత్తమమైనది జ్ఞాన యోగం. జ్ఞాన యోగం వలననే మానవుడు పరిపూర్ణమైన పరమార్థ జ్ఞానాన్ని పొందగలడు. ఉన్నత స్థితిని చేరుకుని పరమాత్మ దర్శనం చేసుకోగలడు.

రాజయోగంలో ధ్యానానికి ముఖ్యమైన పాత్ర ఉంది. పరమార్థ జ్ఞానార్జన ప్రక్రియలో మనస్సు ఏకాగ్రత కొరకు ధ్యానాన్ని చేయవలసి ఉంటుంది. ధ్యానం అలవాటు అయిన తర్వాత, కొంత కాలానికి, అత్యంత లోపలి స్థితిలో ఒక నిశ్చలమైన, శాంతమైన ఆనంద స్థితికి మనిషి చేరుకుంటాడు. "ఇది పరమాత్మ యొక్క నిజ స్వభావం." ఈ స్థితిని సరిగ్గా గుర్తించి, దానిలో నిరంతరం నిమగ్నమై ఉండాలంటే పరమార్థ జ్ఞానం చాలా అవసరం. ప్రతి మనిషి ఈ నిశ్చల మరియు ఆనంద స్థితిని అప్పుడప్పుడు అనుభవిస్తూనే ఉంటాడు, కానీ దీనిని నిరంతరం ఎలా అనుభవించాలో తెలియక అవస్థపడుతుంటాడు. ఒక ఆలోచన మరియు మరొక ఆలోచనల ప్రవంతి మధ్య కాలంలో ఉండే శాంత మరియు ఆనంద స్థితి పరమాత్మ యొక్క నిజ స్వభావం. దీనిని గుర్తించి, నిరంతరం అనుభవంలోకి తెచ్చుకొనుటను బోధించడమే వేదాంతుల/జ్ఞానుల పని. ఇలాంటి స్థితి వలన, మనిషికి మానసిక అలసట ఉండదు. గొప్ప శక్తితో దైనందిన కార్యక్రమాలను చేయగలుగుతారు.

అంతఃరంగములో అత్యంత లోపలి స్థితిని చేరుకుని, ఇక అంతకంటే ఇంకా చేరుకోలేని స్థితిలో స్థాపితమైన తర్వాత, ధ్యానం యొక్క ప్రక్రియ ఆగిపోతుంది. అయితే, అట్టి స్థితి ఎల్లవేళల అచేతనంగా చేరుకుంటూ ఆనందాన్ని అనుభవిస్తుండమే బ్రహ్మజ్ఞానం యొక్క పరమావది. ఇట్టి జ్ఞాన సాధనలోని అభ్యాస దశనే బ్రహ్మచర్య దశ అంటారు. ఇది విద్యార్థి దశ అన్నమాట. ఈ విధంగా పరమార్థ జ్ఞానార్జనలో ఉన్నప్పుడు, ఇతర ప్రాపంచిక సుఖాల వైపు మనస్సు మరలకుండా, నిరంతరం బ్రహ్మ జ్ఞానార్జనపై మనస్సును లగ్నంగా ఉంచే దశనే బ్రహ్మచర్యం అంటారు.

ధ్యానం యొక్క పరగమ్యం ఏమిటంటే, ఇలాంటి స్థితిని చేరుకొని, తర్వాతి కాలంలో నిరంతరం ద్యాన ముద్రలో కూర్చునకపోయిన ఏ కార్యంలో నిమగ్నమై ఉన్న పరగమ్యస్థానమైన శాంతం మరియు ఆనంద స్థితిలో సేద తీర్చడం.

ఇలాంటి స్థితినే సమాధి అని అంటారు. అంటే, లాభ నష్టాలు, కష్ట సుఖాల వంటి అన్ని సంఘటనలను సమదృష్టితో చూస్తూ, అంతఃరంగములో ఎలాంటి ప్రభావం చూపించకుండా, నిశ్చలంగా యదావిధి ఆనంద స్థితిని కలిగి ఉండే స్థితి అన్నమాట. దీనినే నిర్వికల్ప సమాధి అని కూడా అంటారు. పరమార్థ జ్ఞానం వల్ల కలిగే గొప్ప ప్రయోజనం ఈ స్థితి.

భగవద్గీత

వసుదేవ సుతం దేవం

కంసచాణుర మర్ధనం

దేవకీ పరమానందం

కృష్ణం వందే జగద్గురుమ్

ఎవరికి తోచినట్లుగా వారు బ్రహ్మ జ్ఞానానికి భాష్యం చెప్తూ తప్పుడు వ్యాఖ్యానాలు చేస్తున్నప్పుడు పరమాత్మనే స్వయంగా సరియైన వేదాంత భాష్యాన్ని అందించాడు, అదే భగవద్గీత. ఆ పరమాత్మ స్వరూపమే శ్రీకృష్ణుడు. శ్రీకృష్ణుడు గొప్ప మేధాసంపత్తితో శాస్త్రీయమైన ఆలోచన చేయగలిగిన ధీరుడు.వేదాంతనికి సరియైన భాష్యం చెప్పడమే కాకుండా తన జీవితంలో అడుగడుగునా వేదాంత జ్ఞానాన్ని పరిపూర్ణంగా అన్వయించి మరియు ఆచరించి చూపించిన అద్వితీయమైన వ్యక్తి శ్రీకృష్ణుడు అందుకే పూర్ణవతారంగా కీర్తించబడుతున్నాడు శ్రీ కృష్ణుడు పేదవారికి, బిచ్చగాడికి, పాపికి, కొడుకుకు, తండ్రికి, భార్యకు, అందరికీ దేవుడు -- స్వామి వివేకానంద.

మానవ జాతి మళ్లీ గీతకారుని లాంటి జ్ఞానం గల మనిషిని చూడబోదు. --- స్వామి వివేకానంద.

ఉపనిషత్తులనే పూదోటలో నుంచి ఏరిన చక్కటి శ్లోక పుష్పాలతో కూర్చిన జ్ఞాన మకరంద మందారమాలనే భగవద్గీత. భగవద్గీత అద్వైతామృత వర్షిణి.

కురుక్షేత్ర యుద్ధం ప్రారంభం కాబోతున్న సందర్భంగా అర్జునుడు ఇలా అన్నాడు: ఓ అచ్యుతా (శ్రీకృష్ణా), దయచేసి నా రథాన్ని రెండు సైన్యాల మధ్యకి తీసుకువెళ్ళుము. ఈ మహా పోరాటంలో, రణరంగంలో నిలిచియున్న ఎవరెవరితో యుద్ధం చేయవలసి ఉన్నదో నేను చూడాలి.

దుర్బుద్ధిగల ధృతరాష్ట్రుని పుత్రున్ని సంతోషపెట్టడం కొరకు అతని పక్షాన యుద్ధానికి వచ్చియున్న అందరిని ఒకసారి నాకు చూడాలనిపిస్తున్నది.

సంజయుడు ఇలా అన్నాడు: ఓ ధృతరాష్ట్రా, ఈ విధంగా, నిద్రని జయించినవాడైన, అర్జునుడు కోరిన విధంగా, శ్రీ కృష్ణుడు ఆ వైభవోపేతమైన రథమును రెండు సైన్యముల మధ్యకు నడిపించి నిలిపెను.

భీష్ముడు, ద్రోణాచార్యుడు, మరియు ఇతర రాజుల సమక్షంలో, శ్రీ కృష్ణుడు ఇలా అన్నాడు: ఓ పార్థా, ఇక్కడ కూడి ఉన్న కురు వంశస్థులను చూడుము. అక్కడ, రెండు సైన్యములలోనూ ఉన్న తన తండ్రులను, తాతలను, గురువులను, మేనమామలను, సోదరులను, దాయాదులను, పుత్రులను, మనుమలను, మిత్రులను, మేనల్లుళ్లను, మరియు శ్రేయోభిలాషులను అర్జునుడు చూచెను.

అర్జునుడు ఇలా అన్నాడు: ఓ కృష్ణా, యుద్ధానికి బారులు తీరి ఒకరినొకరు చంపుకోటానికి పూనుకుంటున్న నా బంధువులను చూసి, నా అవయవాలు పట్టుపట్టుతున్నాయి మరియు నా నోరు ఎండిపోతున్నది.

నా శరీరమంతా వణుకుచున్నది; నా వెంట్రుకలు నిక్కబొడుచుకుంటున్నాయి. నా విల్లు, గాండీవం, చేజారిపోతున్నది, మరియు నా చర్మమంతా మండిపోతున్నది. నా మనస్సు ఏమీ తోచని స్థితిలో అయోమయంగా తిరుగుతున్నది; ఇక నన్ను నేను స్థిరంగా ఉంచుకోలేకపోతున్నాను. ఓ కృష్ణా, కేశి రాక్షసుడను సంహరించినవాడా, అంతటా అశుభ శకునములే కనపడుతున్నాయి. ఈ యుద్ధంలో సొంత బంధువులనే చంపుకోవడం వలన, మంచి ఎలా కలుగుతుందో నేను చూడలేకున్నాను.

ఓ కృష్ణా, నాకు విజయం కానీ, రాజ్యం కానీ, వాటివల్ల వచ్చే సుఖం కానీ అక్కరలేదు. మనం ఎవరికోసమైతే ఇదంతా కోరుకుంటున్నామో వారు మన ఎదురుగా యుద్ధం కోసం ఉన్నప్పుడు, రాజ్యంతో కానీ, సుఖాల వలన కానీ, ఇక ఈ జీవితం వల్ల కానీ ప్రయోజనం ఏముంది?

గురువులు, తండ్రులు, కొడుకులు, తాతలు, మేనమామలు, మనుమలు, మామలు, బావ మరుదులు, ఇంకా ఇతర బంధువులు, వీరందరూ తమ

ప్రాణాలను, ధనాన్ని పణంగా పెట్టి మరీ, ఇక్కడ చేరి ఉన్నారు. ఓ మధుసూదనా, నా మీద వారు దాడి చేసినప్పటికీ నేను వారిని సంహరించను. ధృతరాష్ట్రుని పుత్రులను సంహరించినా, ఈ భూ-మండలమే కాదు, ముల్లోకములపై ఆధిపత్యం సాధించినా సరే, ఏం తృప్తి ఉంటుంది మనకు?

ఓ జనార్దనా, (సర్వ భూతముల సంరక్షకుడు, పోషకుడు అయినవాడా), ధృతరాష్ట్ర తనయులను చంపి మనం ఎలా సంతోషంగా ఉండగలం? వారు దుర్మార్గపు దురాక్రమణదారులయినా, వారిని సంహరిస్తే మనకు తప్పకుండా పాపం చుట్టుకుంటుంది. కాబట్టి, స్వంత దాయాదులైన ధృతరాష్ట్రుని పుత్రులను మరియు స్నేహితులను చంపడం మనకు తగదు. ఓ మాధవా (కృష్ణా), మన సొంత వారిసే చంపుకుని మనం సుఖంగా ఎలా ఉండగలం? సంతానం పెంపొందటానికి కారణమైన వారి దుష్ట చేష్టల వల్ల అనేక సామాజిక, కుటుంబ సంక్షేమ ధర్మాలు నశించిపోతున్నాయి.

ఓ జనార్దనా (కృష్ణా), కులాచారాలను నాశనం చేసిన వారు నిరవధికంగా నరకంలోనే ఉంటారని, నేను పండితుల నుండి వినియున్నాను.

అయ్యో! ఎంత ఆశ్చర్యం, దారుణమైన పరిణామాలు కలుగచేసే ఈ మహాపాపం చేయటానికి మనం నిశ్చయించాము. రాజ్య సుఖాలపై కాంక్షతో, మన బంధువులనే చంపటానికి సిద్ధపడ్డాము. ఆయుధాలు చేతిలో ఉన్న ధృతరాష్ట్రుని పుత్రులు, ఆయుధాలు లేకుండా ప్రతిఘటించకుండా ఉన్న నన్ను యుద్ధభూమిలో చంపివేసినా సరే, అది దీనికంటే మేలే.

సంజయుడు పలికెను: ఈ విధంగా పలికిన అర్జునుడు, దీనస్థితిలో, తీవ్ర శోకసంతప్తుడై తన బాణాలను, ధనుస్సును పక్కన జారవిడిచి, రథంలో కూలబడ్డాడు.

అర్జునుడు ఈ విధంగా తాత్విక అయోమయానికి లోనైనప్పుడు శ్రీకృష్ణుడు చెప్పిన తత్వ జ్ఞానమే భగవద్గీతలో శ్రీకృష్ణుడు చెప్పే మొదటి శ్లోకం ఈ విధంగా ఉంటుంది:

"ఓ పార్థా, ఈ యొక్క పౌరుషహీనత్వానికి లోనుకావటం నీకు తగదు. ఓ శత్రువులను జయించేవాడా, ఈ నీచమైన హృదయ దౌర్బల్యం విడిచిపెట్టి, యుద్ధానికి లెమ్ము."

అర్జున్‌కు కలిగిన ఈ విధమైన తాత్విక అయోమయం ప్రతి మనిషి జీవన సమరంలో ఉంటుంది. ఈ అయోమయం నివృత్తి కావాలంటే భగవద్గీత యొక్క అద్వైత తత్వ జ్ఞానం అర్థం చేసుకోవాల్సిన ఉంటుంది. ప్రతి మనిషి జీవితంలో ఇలాంటి సందర్భాలు అంటే తనకు కావలసిన వాళ్లు తనకు ప్రతికూలమైన చర్యలు చేసినప్పుడు వాళ్లకు వ్యతిరేకంగా నిర్ణయం తీసుకోవడం అనేది చాలా సందర్భాలలో జరగదు అంటే మనము తాత్విక అయోమయానికి లోనై ఉన్నామని అర్థం ఈ విధంగా తాత్విక స్పష్టత ఉంటే మనిషి శ్రీకృష్ణుని లాగా నిర్ణయం చేసే సత్తా ఉంటుంది

ఈ విధంగా ధర్మ సంకటానికి మరియు తాత్విక అయోమయానికి లోనైనా అర్జునునికి శ్రీ కృష్ణుడు బ్రహ్మ జ్ఞానాన్ని బోధిస్తూ ఈ అనంత విశ్వమంతా పరమాత్మనే తప్ప ఇతరమైన ఎలాంటి దైవాలు లేవని మరియు ఈ పరమాత్మకు చావు పుట్టుక లేవని, ఆది అంతం లేదని నిరంతరం స్థితి కలిగి ఉండి జీవ లక్షణానికి అతీతమైనదని, ఈ పరమాత్మ యందే ఈ కనిపించే విశ్వమంతా జనించి స్థితిగలిగి ఉండి మరి మరియు లయమవుతుందని, అదేవిధంగా ఈ పరమాత్మ కర్త కాదని, మనం కూడా కర్తలము, కామనీ మరియు మనం కూడా ఆ పరమాత్మనే కాబట్టి పరమాత్మకు ఉన్న మనము గుర్తించిన అన్ని లక్షణాలు మనకు కూడా వర్తిస్తాయని చెప్పాడు.

ధర్మమైన కర్మలు చేయడం వలన ఎలాంటి పాపం మనిషికి అంటదని, పునర్జన్మ అనేది లేదని మొదలైన విషయాలను బోధించి కార్యోన్ముఖున్ని చేశాడు.

వేదాంతానికి సరియైన భాష్యం చెప్పడానికి శ్రీ కృష్ణుడు ఒంటరిగా పూవుకొన్న విషయం తలచుకుంటేనే మనకు భయమేస్తుంది. ఎందుకంటే, మనము ఎల్లప్పుడూ లతల/ తీగల లాగా ఇతరులు చెప్పే వాఖ్యానాల కొరకు ఎదురు చూస్తుంటాము. వేదాంతాన్ని అధ్యయనం చేసి సరిగ్గా అర్థం చేసుకుని చెప్పడమనేది నేటికి చాలా తక్కువ సంఖ్యలోనే చేస్తున్నారు.

వేదాంత జ్ఞానానికి సంబంధించి భగవద్గీత ఒక జీవిత సమన్వయ గీతం. పాప పుణ్యాల మరియు పునర్జన్మ భయం విడిచిపెట్టి గొప్ప పరమాక్రమంతో యుద్ధం/కర్మ చేయమని బోధిస్తుంది.

శ్రీకృష్ణ పరమాత్మ గీతలో ముఖ్యంగా కర్మ యోగం బోధించడం జరిగింది. అంటే కర్మ చేయకుండ ఏ మనిషి ఒక క్షణం కూడా ఉండలేడని, అది జీవితావసరాలకైన లేదా తన జీవన ప్రక్రియ కొనసాగాలన్న కర్మ అనేది చేయవలసిందే. ఎవ్వరూ కూడా ఒక్క క్షణం కూడా కర్మను ఆచరించకుండా ఉండలేరు. నిజానికి, అన్ని ప్రాణులు తమతమ ప్రకృతి జనితమైన స్వభావాలచే (త్రి-గుణములు) ప్రేరితమై కర్మలు చేయవలసియే ఉండును. B. Geetha chap 3 verse 5

అయితే కర్మలను ఆచరిస్తూ అత్యున్నతమై మోక్షకారకమైన జ్ఞానాన్ని పొందడం మరియు తద్వార మోక్షాన్ని జ్ఞాన యోగులవలె పొందడం అనే ప్రక్రియకు ఎక్కువ ప్రాధాన్యతను ఇస్తూ సమస్త మానవాళికి గొప్ప మార్గాన్ని మరియు జ్ఞాన ప్రసాదాన్ని శ్రీకృష్ణుడు అందించాడు. శ్రీకృష్ణుడు కర్మ ఫలానికి అంటిపెట్టుకోకుండా ఎందుకు కర్మలను ఆచరించమన్నాడో మన పూర్వీకులు అనంత విశ్వంలో కనుగొన్న సత్యాన్ని ఉపనిషత్తులలో చెప్పిన విషయాన్ని గమనిస్తే అర్థమవుతుంది.

"అది అనంతం, ఇది అనంతం. ఆ అనంతం నుండి ఈ అనంతం వస్తుంది. అనంతం నుండి, ఈ అనంతం తీసి వేయబడిన లేదా జోడించబడిన అనంతం అనంతంగానే ఉంటుంది. లేదా ఈ క్రింది విధంగా కూడా చెప్పవచ్చు. అది సంపూర్ణం, ఇది సంపూర్ణం. సంపూర్ణ నుండి, సంపూర్ణత ఉత్పత్తి అవుతుంది. సంపూర్ణమైన దానికి సంపూర్ణత జోడించబడినప్పుడు లేదా తీసివేయబడినప్పుడు, సంపూర్ణంగానే ఉంటుంది." --ఈషా ఉపనిషత్

మనము కూడా ఈ అస్థితత్వమే కాబట్టి, మనము కూడ ఈ అనంత సృష్టి ఎలా పనిచేస్తుందో, అలాగే చేయాలి అంటే జీవించాలి అని చెప్పడం. మనం ఒక్కసారి పరమార్థం పట్ల దృష్టిని సారిస్తే, ఈ అనంత విశ్వం అనంత కాలంలో పని చేస్తున్నందున, ఎలాంటి క్రొత్త వస్తువు దీనిలోకి జత చేయబడడం గాని లేదా దీని నుండి తీసివేయబడడం జరగడం లేదు. అలాగే మనం కూడా ఈ భూమండలంలో పని చేసి, ఏవిధమైన క్రొత్త పదార్థాన్ని ఇక్కడ చేర్చడం లేదు. మనము చేస్తున్నది ఒక వస్తువు యొక్క రూపాన్ని మార్చడం, ఆహారోత్పత్తిలో మరియు ఖనిజ సంపదను ఒక రూపం నుండి ఇంకొక రూపానికి మార్చి, మనకు తగినట్లుగా సుఖ సంతోషాలను కలిగించే విధంగా బాహ్య ప్రకృతిని మలచుకుంటున్నాం. అంటే, ఏ ఒక్క క్రొత్త అణువును ఈ భూమి మీదనుండి తీసివేయడం గాని, ఈ భూమికి జోడించడం గాని మనం చేయడం లేదు. ఈ సత్యంపై ఆధారపడే కర్మ ఫల త్యాగాన్ని మనస్సులో విడిచిపెట్టమని శ్రీకృష్ణుడు ఉపదేశించాడు. కర్మఫల త్యాగం అంటే కర్మఫలాలైన భౌతిక సంపదలను వదిలిపెట్టమని కాదు; కర్మఫలాలను మనస్సులో అంటిపెట్టుకోకుండా, నిరంతరం పరమాత్మ స్థితిలో శాంతి మరియు ఆనందంగా ఉండమని చెప్పడం. ఈ ప్రపంచంలో తామరాకును నీటిబిందువుకు అంటనట్లు, నిస్సంగత్వంతో ఆనందంగా జీవించమని చెప్పడం. ఈ విషయం సరిగ్గా అర్థం కాక, కర్మయోగాన్ని శ్రీకృష్ణుడు చెప్పినట్లు ఆచరించి, ఆనందంగా జీవితాన్ని గడపలేక పోతున్నారు. బుద్ధి పరిధిలో పనిచేసిన తరువాత, వెంటనే

అంతరంగంలో ఆనంద పరమాత్మ స్థితిలో సేదదీరమని గీతాసందేశం. ఇట్టి ప్రక్రియ వల్ల మనస్సుకు శాంతి, ఆనందం మరియు తేజస్సు కలుగుతాయి. కర్మఫల త్యాగం వల్ల మనస్సుకు తక్షణ శాంతి లభిస్తుంది. అంతేకాకుండా, మొదటి సారిగా స్త్రీలు, శూద్రులు కూడా జ్ఞానాన్ని పొందడానికి అర్హులని ప్రకటించాడు. ఇంత గొప్ప హృదయాన్ని గలిగి ఉన్నాడు కాబట్టి నేటికీ శ్రీకృష్ణుడు పూర్ణ అవతారంగా ప్రశంసించబడుతున్నాడు. ఇతర అవతారాలు పరమాత్మ యొక్క వివిధ అంశాల ద్వారా ప్రకటితమైతే, శ్రీకృష్ణుడు సాక్షాత్తు పరమాత్ముడే అని భాగవతం చెపుతుంది.

శ్రీకృష్ణుడు ఒక గొప్ప వేదాంత జ్ఞాని, బ్రహ్మ జ్ఞాని, యుద్ధ వీరుడు, గృహస్థాశ్రమీ, కర్మయోగి, స్నేహితుడు, ప్రేమికుడు, రాజ్య స్థాపకుడు, దూత, ధర్మ సంరక్షకుడు, త్యాగి కాబట్టే శ్రీకృష్ణుడు పూర్ణ అవతారంగా కీర్తించబడ్డాడు. ఇనుప కండరాలు, ఉక్కు నరాలు, వజ్ర కఠోరమైన మనస్సు, క్షాత్ర వీర్యం మరియు బ్రహ్మ తేజస్సు కలవాడు శ్రీకృష్ణుడు. ప్రతి ఒక్కరు ఈ లక్షణాలతో బ్రతకాలని స్వామి వివేకానందులు ఉపదేశించారు.

నేటి సమాజంలో శారీరక బలము మేధాసంపత్తికి వ్యతిరేకం అన్న అపోహ చలామణిలో ఉంది. నిజానికి, మంచి శారీరక బలం కలవారే కుశలమైన బుద్ధి కూడా కలిగి ఉంటారు. నేటి పాశ్చాత్య దేశాల శాస్త్రవేత్తలను గమనించినట్లైతే, మంచి బలమైన ఆహారం తీసుకోవడం వలన ఎంతో గొప్ప నిగూఢ ప్రకృతి రహస్యాలను శాస్త్ర సాంకేతిక రంగాలలో చేదించగలుగుతున్నారు. అది నేటి మన భారత సమాజంలో లోపించింది. బలమైన మేధా సంపత్తి, బలమైన శారీరక కలవారిలోనే ఉంటుంది.

కర్మయోగ సాధనలో మనస్సునందు ఎలాంటి కర్మఫల సాంగత్యం పెట్టుకోకుండా ఉండటానికి అలవాటు చేసుకోవాలి. ఏదైనా పని, అది శారీరకంగా గాని, బుద్ధికి సంబంధించిన పని గాని, చేసిన తర్వాత విరామ సమయంలో బుద్ధి లోపల లేదా

పైన ఉన్న పరమాత్మ స్థితిలో సేదదీరడం క్రమ క్రమంగా సాధన ద్వారా అలవాటు చేసుకోవాలి.అప్పుడు పని కూడా చాలా కౌశలంగా చేయగలుగుతారు. ఎల్లప్పుడూ కర్మయొక్క ఫలితాలపై మనస్సు పెట్టడం వల్ల చేసే పనిపై దృష్టి పెట్టకపోవడం జరుగుతుంది. పని యొక్క ఫలితం వ్యతిరేకంగా వస్తుందేమో అన్న భయం మనిషి యొక్క శక్తి సామర్థ్యాలను తగ్గిస్తుంది. కాబట్టి ఫలితం గురించి నిరంతరం ఆలోచించకుండా ముందున్న పనిని శ్రద్ధగా చేయాలి. ఎందుకంటే కొన్ని పరిస్థితులు అనుకూలించకపోవచ్చు, ఫలితం అనుకున్న దానికంటే వ్యతిరేకంగా రావచ్చు. తిరిగి మళ్లీ ప్రయత్నించడానికి తగిన శక్తిని సమకూర్చుకోవడానికి మనసునందు కర్మ ఫల నిస్సంగత్వం వల్ల వీలవుతుంది. శ్రీకృష్ణుడు జ్ఞాన సిద్ధి పొందిన తరువాత గృహస్థాశ్రమాన్ని స్వీకరించి గొప్ప కర్మయోగిగా జగత్ప్రసిద్ధి పొందారు.

శ్రీకృష్ణుడు మానవ చరిత్రలోమొట్టమొదటిసారిగా శ్రమజీవులకు పరమానందాన్ని అందించే బ్రహ్మ జ్ఞానాన్ని అందించాలని వేదాంతంలోని కర్మయోగాన్ని ప్రధానంగా బోధించారు. ఆనాటికి బ్రహ్మజ్ఞానం ఒక సన్యాస జీవితాన్ని అవలంబించే వారికి మాత్రమే దక్కుతుందన్న భావన ఉండేది. అటువంటి భావనను పటాపంచలు చేస్తూ శ్రమ చేసేవారు ఏ విధంగా పరమాత్మను దర్శించాలన్న విషయాన్ని విపులంగా చెప్పారు. కర్మయోగం ఆచరణలో ప్రధానంగా కర్మ ఫలాలను మనసున లేశమాత్రంగా కూడా అంటి పెట్టుకోకుండా ఒక అనంత పరమాత్మలో మనసును లగ్నం చేసి, దైనందిన కర్మలను ఆచరించవచ్చునని చెప్పాడు. ఎందుకంటే కర్మలను చేయకపోతే జీవితం గడవడం కష్టం. జనాభాలో అతి కొద్ది మంది మాత్రమే ఎలాంటి ఉత్పత్తి కార్యక్రమాల్లో నిమగ్నమయ్యే అవకాశం లేకుండా జీవించగలరు, ఉదాహరణకు సన్యాసులు మరియు పూజారి వర్గానికి చెందినవారు. కానీ జనాభాలోని అధిక సంఖ్యాకులు తప్పనిసరిగా శారీరక శ్రమ ద్వారా వస్తుత్పత్తి చేయవలసి ఉంటుంది. గీతలో కర్మ చేస్తూనే మనస్సున

కర్మఫల నిస్సంగత్వం వలన ఏ విధంగా ఆ పరమాత్మను చేరుకోవచ్చునో చెప్తూ, మరియు ఒకసారి బ్రహ్మ జ్ఞాన ప్రాప్తి పొందిన తర్వాత జీవితంలో ఏ విధంగా సంపద మరియు ధర్మం సమకూరుతాయో చెప్పాడు. సర్వ మానవ జ్ఞాన ప్రాప్తికి తోడ్పడ్డాడు కాబట్టి నేటికి శ్రీకృష్ణుడు పూర్ణావతారంగా మరియు పరమాత్మగా కీర్తించబడుతున్నాడు. మనిషి జీవితంలో హృదయ దౌర్బాల్యాన్ని ఎప్పుడు దరిచేయనివ్వకూడదని ప్రబోధించాడు. గొప్ప ఉత్సాహంతో పనిచేయడం వలన జీవిత సౌకర్యాలు మరియు అదే విధంగా పరమాత్మ దర్శనం కూడా కలుగుతుందని చెప్పాడు. అర్జునుడు ఏ విధంగా పరమాత్మ జ్ఞానం పొందిన తర్వాత ఏ ధర్మం ఏది అధర్మమో అనే సంశయము నుండి బయటపడి, ఏ విధంగా గొప్ప పరాక్రమంతో కురుక్షేత్రంలో యుద్ధముచేసి విజయుడయ్యాడో, అదేవిధంగా బ్రహ్మజ్ఞానం పొంది ప్రతి ఒక్కరు భయాందోళన వీడి దుఃఖరహితులై ఈ ప్రపంచంలో జీవించాలని గీతా సందేశం.

జీవితంలో గొప్ప ఉత్సాహంతో పని చేయండి, శత్రువులను జయించండి, భోగాలను అనుభవించండి అనేది గీతలో శ్రీకృష్ణుని సందేశమని స్వామి వివేకానంద వ్యాఖ్యానించారు. నిజానికి, భారతీయులు ప్రస్తుతం దీన్ని పూర్తిగా పాటించకుండా, ప్రపంచంలోని చాలా దేశాల కంటే వెనుకబాటు తనంతో జీవిస్తున్నారు.

ఈ దేహాన్ని పాత వస్త్రంలాగా ఏ మాత్రం భయం లేకుండా అవసరమైనప్పుడు త్యజించమన్నది గీతా సందేశం. అంతటి త్యాగబుద్ధితో మరియు ధైర్య సాహసాలతో బ్రతకమన్నది గీత సందేశం. ఏలాంటి మూఢ నమ్మకాలకు తావులేని శాస్త్రీయ ఆలోచన విధానం శ్రీకృష్ణుడిది. పంచభూత నిర్మితమైన జీవులుగాని ఇతర వస్తువులుగా కాలానుగుణంగా వాటి వాటి రూపాలను మార్చుకుంటూ ఉంటాయి. అవి వాటి రూపాన్ని విడిచిపెట్టనపుడు ఒకవేళ అది జీవి అయితే మనము మరణం క్రింద భావిస్తాము. ఒకవేళ అది జీవి కాకుండా

ఏదైనా వస్తువు అయితే ఆ వస్తువు నాశనమయింది అంటాము. పదార్థం తిరిగి వేరొక రూపాన్ని సంతరించుకునే అవకాశం భూమిలాంటి గ్రహాలపై ఎక్కువ ఉంటుంది. గాలి, నీరు మరియు సూర్యరశ్మి ప్రభావం చేత ఇక్కడ జీవులుగా పరిగణించబడే ఒక పదార్థ రూపాంతరం జరిగింది. అంత మాత్రాన ప్రతి జీవిలో ఒక ప్రత్యేక ఆత్మ వున్నదని నమ్మడం వేదాంత జ్ఞానం ప్రకారం ఒక భ్రమ లేదా తప్పు అవుతుంది. ఈ సృష్టిలో జీవాత్మలకు ఎలాంటి శాశ్వతమైన వున్ని లేదు. ఒక్క అనంత ఆత్మకు దానినే పరమాత్మ అని కూడా చెప్పవచ్చు, అది మాత్రమే శాశ్వతమైనది. ఈ అనంత పరమాత్మనే తనయందు అనంత కాలం నుండి అనంత విశ్వంలో అసంఖ్యాకంగా వుండే జగత్తులను సృజించి, స్థితిగలిగి, నశింపచేస్తున్నది. మన ఉనికి ఈ సృష్టిలో భాగమే అంటే ఈ అనంత ఆత్మ తనయందే జగదాదుల అనుభవాన్ని ఒక క్రీడ లేదా లీలగా పొందుతున్నది. సూక్ష్మ ప్రపంచపు దృక్కోణం నుండి కానీ స్థూల ప్రపంచం దృక్కోణం నుండి గాని అనంత తత్త్వాన్ని దర్శించడం కోసం ఏ దారినైనా ఎంచుకోవచ్చునని భగవద్గీతలో శ్రీకృష్ణుడు కూడా చెప్పాడు.

మనిషి ఎలాంటి కర్మనైనా ఆచరిస్తూ కూడ తన వృత్తిని బట్టి కర్మఫలం పట్ల బంధాన్ని/సంగత్యాన్ని కలిగి ఉండకపోతే, అత్యున్నత జ్ఞానాన్ని పొందడం ద్వారా పరమాత్మ దర్శనం చేయవచ్చునంటాడు శ్రీకృష్ణుడు. ఇప్పుడు అయోమయానికి గురికాకుండా ఒక్క విషయాన్ని స్పష్టంగా అర్థం చేసుకోవాలి. ఇక్కడ ఉన్నది అనంతంగా ఒకే ఒక ఆత్మ అనే విషయం, దాన్నే పరమాత్మ అని కూడా అంటారు. శ్రీకృష్ణుడు అర్జునునికి ఆత్మ మరియు చావు పుట్టుకలు, మరణాంతరం ఏదైనా జీవితమనేది వుంటుందా వంటి విషయాలను పరమార్ధ జ్ఞానం ద్వారా వివరించి స్పష్టత కలిగించి కార్యోన్ముఖులను చేశారు.

భగవద్గీత కారునికి ప్రేరణ కఠోపనిషత్తు అని చెప్తారు. కఠోపనిషత్తులో నచికేతుడనే బాల శ్రద్ధాళువు మూడు రాత్రులు, రోజులు నిద్రాహారాలు మాని

యమధర్మరాజు కోసం వేచియుండి, యమధర్మరాజును తన శ్రద్ధ ద్వారా మెప్పించి చావు పుట్టుక గురించి ప్రశ్నలు అడిగి సమాధానాలు పొందాడు.
గీతలో శ్రీకృష్ణుడు ఇంకొక ముఖ్యమైన విషయంగా చెప్పాడు " పరమార్థ జ్ఞాని మరియు పరమాత్మ ఒక్కడే " జ్ఞాని నా ఆత్మ స్వరూపుడు జ్ఞాని నేను ఒకటే - భగవద్గీతలో శ్రీకృష్ణ పరమాత్మ.
ఇదే విషయాన్ని శ్రీవశిష్టులు కూడా చెప్పారు. "ఓ రామచంద్ర, పరమార్థ జ్ఞానం పొందడం వలన మనిషి పరమాత్ముడగుచున్నాడు."
పురాతనమైన ఈ భారతీయ తత్త్వజ్ఞానాన్ని పిల్లలకు చిన్న వయస్సు నుండి బోధిస్తే, అది ఉపయోగకరంగా ఉంటుంది. ఉగ్గుపాలతో "తత్త్వ మసి" నీవు అనంత పరమాత్మవు అని బోధించమంటారు శ్రీ వివేకానందులు. నేటి మన సమాజంలో ఇంకొక దురదృష్టవకరమైన భావన చలామణిలో ఉంది. అదేమిటంటే, అవతారాలుగా కీర్తించే పెద్ద వారిని గురించిన అపోహ; వేదాంత భాష్యకారులు అవతార పురుషులు 'ఏదో ఒక అదృశ్య శక్తి వలన జన్మించి ఆ విధంగా జీవించి గొప్ప గుణగణాలను ప్రదర్శించినారని' చెబుతారు. ఇది అవతారాలు అని పిలువబడే గొప్ప వ్యక్తుల సద్గుణాలను స్వీకరించకుండా మానవాళిని దూరం చేయడం తప్ప మరొకటి కాదు. దీనివల్ల శ్రీకృష్ణుని లాంటి గొప్ప గురువుల బోధనలు పెద్దగా ప్రజలకు ఉపయోగపడవు.
నిజానికి, వారంతా సామాన్య మానవులుగా జన్మించి వేదాంత జ్ఞానాన్ని సముపార్జించుకుని, ఆ జ్ఞాన శక్తి వలన గొప్ప గొప్ప కార్యాలను చేశారనేది సత్యం. "మానవుని దైవ స్వరూపాన్ని ఎప్పుడూ మరువకూడదు. నీవు పరమాత్మవు; ఇంతవరకు వచ్చిపోయిన అవతారాలు అన్ని అనంత సముద్రమనబడే నీలోనే లేచి పడిపోయిన అలలు మాత్రమే" అంటారు శ్రీ స్వామి వివేకానందులు. శ్రీ కృష్ణుడు మహాభారతంలో ఉతంగ మహారుషికి ఈ విధంగా చెపుతారు: "నేను

ఏయే జీవులలో అవతారందాల్చుతానో, ఆ జీవుల యొక్క లక్షణాలను ప్రదర్శిస్తూనే ధర్మ రక్షణ చేస్తాను."

ఈ భూమిపై మానవ మనుగడ సాగినంత కాలం, ఎప్పుడెప్పుడు ధర్మం క్షీణిస్తుంది, అప్పుడప్పుడు ధర్మ రక్షణ కొరకు అవతార పురుషులనబడే మార్గ నిర్దేశకులైన కథానాయకులు ఉద్భవిస్తూనే ఉంటారనడానికి నిదర్శనమే ఈ అవతారాలు.

ప్రస్తుత కాలంలో భగవద్గీతను మరియు ఇతర ఆధ్యాత్మిక గ్రంథాలను పదవి విరమణ వయస్సులో అధ్యయనం చేస్తున్నారు. ఇది అంత ఉపయోగకరమైన విషయం కాదు. "యోగ కర్మసు కౌసలం" అంటే కుశలంగా మరియు నిస్సంగత్వంతో పనిచేయడమే. యోగా అంటాడు శ్రీకృష్ణుడు.

గొప్ప కార్యకలాపంలో అత్యంత మధురమైన శాంతిని పొందేవాడు, మరియు గొప్ప ప్రశాంతతలో అత్యంత చురుగ్గా ఉండేవాడు, కర్మ రహస్యాన్ని తెలుసుకున్నవాడు.

భగవద్గీతలో శ్రీకృష్ణుడు ఇంకొక ముఖ్యమైన విషయం చెప్తాడు. అదేమిటంటే, మనము పర ధర్మాన్ని ఆశ్రయించకూడదు, స్వధర్మాన్ని ఆశ్రయించాలి. అట్టి స్వధర్మాచరణలో మరణం సంభవించినా సరే. అంటే, ఒక వ్యక్తి తన అంతరంగ స్వభావాన్ని బట్టి వృత్తిని ఎన్నుకోవాలి. ఒక వ్యక్తి బుద్ధి పరమైన కార్యక్రమాలు చేస్తుంటాడు, ఇంకొక వ్యక్తి వ్యాపార పరమైన పనులు చేస్తుంటాడు, ఇంకొక వ్యక్తి రాజ్య భారములు, రాజ్యపాలన వంటి క్షత్రియ ధర్మాన్ని అవలంబిస్తాడు, ఇంకొక వ్యక్తి సేవా కార్యక్రమాలు చేస్తుంటాడు. కాబట్టి, ఏ వ్యక్తి తన అంతరంగాన్ని పరిశీలించి దానికి అనుగుణంగా వృత్తిని ఎంచుకోవాలి. అప్పుడే అతని లోపల శాంతి ఉంటుంది. లేకపోతే, పర ధర్మాన్ని ఆచరిస్తే ఆ మనిషిలో అసంతృప్తి మరియు దాని వల్ల జనించే అశాంతి ఉంటుంది. అది ఒక పెద్ద మానసిక వేదలాగా ఉంటుంది, ఆవృత్తిని సరిగ్గా నెరవేర్చలేక పోతాడు. ఈ జ్ఞానాన్ని పొందిన మనిషి

చాలా బంధాల నుండి విముక్తుడై గొప్ప శక్తి సామర్థ్యాలతో పని చేయగలడు మరియు అంతఃరంగంలో శాంత స్వభావం కలిగి ఆనందంగా ఉండగలడు. ఇట్టి జ్ఞానసిద్ధి పొందిన వారు చుట్టూ వుండే సమాజంలో శాంతి, అభ్యుదయం మరియు ఆనందాన్ని నింపగలరు.

ప్రతి కర్మ మంచి మరియు చెడు ఫలితాలలో కూడుకుని ఉంటుంది. అయితే, ఈ రెండింటిపై సమమైన మనస్థితిని ఉంచుకొని కర్మను చేయవలసి ఉంటుంది. దీని కోసం శ్రీకృష్ణ పరమాత్మ గీతనందు ఒక చక్కటి విషయాన్ని చెప్పారు. జ్ఞానేంద్రియాలు, మనస్సు మరియు బుద్ధిలోపల ఇంకొక "ఆనంద పరమాత్మతత్త్వం" ఉంది. దీనిని గుర్తెరిగి అందులో గడపడం అలవాటు చేసుకోవాలి. ఆ స్థితి శాంతంగా మరియు ఆనందంగా ఉంటుంది. కర్మలో నిమగ్నమై ఉన్న మనిషి కర్మాచరణ ముగిసిన వెంటనే ఆ స్థితిలోకి వెళ్లి విశ్రాంతి తీసుకోవడం అలవాటు చేసుకోవాలి. ఈ అలవాటు క్రమేపి శాశ్వతమైన ప్రక్రియగా మారి అచేతనంగానే అట్టి స్థితిని చేరుకుంటూ ఉంటుంది. దీనివల్ల పరమశాంతి, ఆనందం మరియు ఆరోగ్యం కూడ ఒనగూరుతాయి. దీనితో పాటు కర్మఫలాన్ని గురించి పదే పదే ఆలోచించడం మానుకోవాలి. ఎందుకంటే కొన్నిసార్లు పరిస్థితులు అనుకూలించకపోవచ్చు, మనం ఆశించిన దానికంటే వ్యతిరేక ఫలితాలు రావచ్చు. కర్మ ఫలాల పట్ల సమదృష్టి కలిగిన వారిని స్థితప్రజ్ఞులు అంటారు. ఈ స్థితిని సమాధి స్థితి అని కూడా అంటారు.

పరమాత్మ దర్శనం

“ఎక్కడ సూర్యుడు వెలుగుతాడో , ఎక్కడ వాయువు వీస్తుందో , ఎక్కడ చంద్రుడు వెలుగుతాడో , ఎక్కడ నక్షత్రాలు బాసిల్లుతాయో, ఎక్కడ అగ్ని దహించలో ఎక్కడ మృత్యు ప్రవేశించదో ఎక్కడ దుఃఖాలు ప్రవేశించవో ఏది సదానందమై, పరమానందమై, శాంతమై, శాశ్వతమై, సదా మంగళ స్వరూపమై, బ్రహ్మాది దేవతలు వందితమై, యోగి జన ధ్యేయమై ఉన్నదో, దేనిని పొంది జనులు జన్మను తిరిగి పొందరో అదియే పరమాత్మ స్థానం.” – బృహ జాబాలోపనిషత్తు

“దేహము దేవాలయం అని చెప్పబడింది. జీవుడు కేవలం శివుడే అయి ఉన్నాడు. అజ్ఞానాన్ని నిర్మాల్యమును తొలగించి "సోహం" (ఆ పరమాత్మయే నేను అనే భావనతో) పూజించవలెను.” – మైత్రేయోపనిషత్తు

ఈ అనంత అఖండ అస్తిత్వపు లక్షణాన్ని తక్షణమే నేరుగా దర్శించుకోవచ్చు. మన మేదస్సుతో దీనిని మనము సృజించవచ్చు. కటోపనిషత్తులో మరియు శ్రీమద్ భగవద్గీతలో దీని గురించి ఒక శ్లోకంలో చక్కగా చెప్పబడింది. ఇంద్రియాలు బోగించే వస్తువులకంటే ఇంద్రియాలు ఉన్నతమైనవి. వీటిపై మనస్సు ఉంది. మనస్సుపై బుద్ధి ఉంది. బుద్ధిపై పరమాత్మ ఉంది. ఈ పరమాత్మ అని చెప్పబడిన స్థితిని చేరుకుంటే తక్షణ శాంతి మరియు ఆనందం లభిస్తుంది. ఈ విషయం శ్రీవశిష్టగీతలో కూడ చెప్పబడింది.

"రెండు ఆలోచనల తుఫాన్ల మధ్యన ఉండే శాంతమైన స్థితి ఏది కలదో, అదే పరమాత్మ నిజ స్వరూపం." వశిష్ట గీత ఈ విధంగా నేరుగా అనంత పరమార్థ / పరమాత్మ తత్త్వాన్ని / ఉనికిని దర్శించి ఆనందాన్ని అనుభవించడం ఈ జ్ఞానం యొక్క తక్షణ ఉపయోగం మరియు పరమ లక్ష్యం.

స్వీయ అన్వయము

ఒకసారి పరమార్థ జ్ఞానాన్ని సంపాదించిన తర్వాత, ఈ జ్ఞానాన్ని వెంటనే తన ఉనికికి మనిషి అన్వయించుకోవడం సహజంగా జరుగుతుంది. ఎప్పుడైతే తనకు అన్వయించుకుంటాడో, వెంటనే అతని లోపల ఒక నూతన వెలుగు గోచరిస్తుంది. తాను ఒక పరిమితమైన విశ్వానికి కాకుండా, అనంత విశ్వానికి సంబంధించిన ఒక అంశమని తెలుసుకోవడం వల్ల, ఒక నూతన ఉత్తేజం అతని లోపల ప్రకాశిస్తుంది. అంతవరకు ఒక గొప్ప సందేహంలో గడిపిన మనిషి, ఒక్కసారిగా సందేహ నివృత్తి కలిగి, సంశయ బంధాలు తెరిగిన స్పృహతో ఒక దివ్యమైన పక్షి వలె అనంత సాగరం తేలియాడుతున్న అనుభూతిని పొందుతాడు. మనస్సుకు శాంతి లభిస్తుంది. దీని వల్ల పరమ ఆనందం కలుగుతుంది. తనదైన దినచర్యల్లో కూడా బంధితుడిగా కాకుండా, ఒక క్రీడలాగ పాల్గొంటాడు. తాను అనంత పరమాత్మనే అన్న స్పృహ వల్ల కలిగే ఆనందం, ఇతర ఏ భౌతిక ప్రాపంచిక సుఖం వల్ల కూడా కలగదు.

ఆత్మ

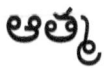

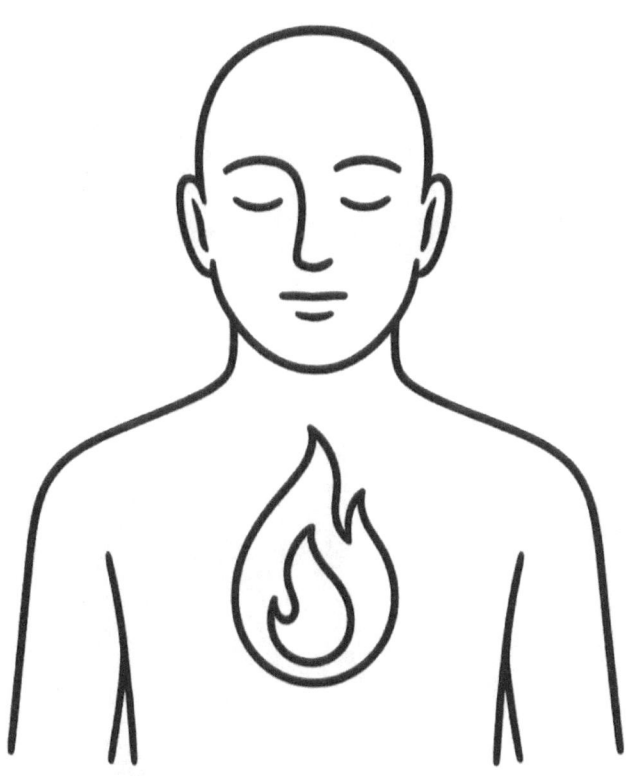

ఆత్మ సందర్శన అనే విషయం పరమార్థ జ్ఞానం యొక్క చివరి దశ అయితే, దీనిని అనుభూతి చెందడం లేదా సందర్శించడానికి ముందు పరమార్థ జ్ఞానాన్ని సంపూర్ణంగా అర్థం చేసుకోవాల్సి ఉంటుంది. భారతీయ తత్త్వం ప్రకారం, ఆత్మ అంటే అనంతంగా ఒకే ఆత్మ, ఆత్మలు కాదు. ఆత్మలు అని బహువచనం వాడడం సరియైనది కాదు. వాస్తవానికి, ఇక్కడ ఉన్నది ఒకే ఒక పరమాత్మ, దీనిని వ్యక్తిగతంగా మనం అన్వయించి చూసుకున్నప్పుడు, ఆత్మగా దీనిని జీవాత్మగా కూడా పిలుస్తారు. అంతేగాని, జీవాత్మ అనేది వేరుగా లేదు.

మనము అహంకారాన్ని జీవాత్మగా భ్రమ పడుతున్నాము. శరీరం ఏ విధంగా ఆహారం ద్వారా ప్రకృతిలోని మూలకాల/పంచభూతాల ద్వారా ఏర్పడుతుందో, అదేవిధంగా అహంకారం కూడా శరీరంతో పాటే చుట్టూ ఉన్న సమాచారాన్ని గ్రహించడం వల్ల ఏర్పడుతుంది. మృత్యువుతో పాటే అహంకారం కూడా శరీరం వలే ఉనికి లేకుండా పోతుంది. ఈ పరిణామం అంతా అనంత పరమాత్మ యందు జరుగుతోంది. అనంత పరమాత్మ మాత్రం ఎలాంటి మార్పు లేకుండా యథాతథంగా ఉంటుంది. జీవాత్మ అనంత పరమాత్మలోని అవిచిన్న భాగం మాత్రమే. ఇది చాలా ముఖ్యమైన విషయం. దీన్ని సరిగ్గా అర్థం చేసుకోవాలి. అయితే, ఈ సృష్టిలో అనేకమైన జీవాత్మలుగా మనం చూస్తాము. కానీ, నిజానికి పరమార్థిక దృష్టితో చూసినట్లయితే, అన్ని జీవాత్మలు కూడ అనంత పరమాత్మ యొక్క వివిధ వ్యక్తీకరణలుగా/ప్రతిబింబాలుగా ఎండమావులలో నీళ్ల వలె మనకు అర్థమవుతుంది. జీవాత్మలు మరియు మనకనిపించే విశ్వమంతా అనంత పరమాత్మ అస్తిత్వంలో ఎండమావుల వంటివి కాబట్టి ఇక్కడ ఉన్నది. ఒకే ఒక అనంత అస్తిత్వం, దీనినే పరమాత్మ అని మనకు అన్వయించి చూసుకున్నప్పుడు, ఆత్మ అని మన పూర్వీకులైన గొప్ప తత్త్వవేత్తలు చెప్పడం జరిగింది. అయితే, ఇట్టి మనలోపల ఉన్న ఆత్మ అని పిలువబడే పరమాత్మను జ్ఞాన ప్రాప్తి యొక్క చివరిదశలో దర్శించగలము. ఇట్టి జ్ఞానప్రాప్తి లేదా పరమార్థిక

జ్ఞానము యొక్క పరిపూర్ణతను శాస్త్రపఠనం, విచారణ ధ్యానం, ప్రజ్ఞ అనే క్రమము ద్వారా లేదా కేవలం ప్రజ్ఞ ద్వారా సాధించవచ్చునని మన గ్రంథాలలో చెప్పబడింది. ఇప్పుడు అభివృద్ధి చెందిన శాస్త్రసాంకేతికత, ముఖ్యంగా క్వాంటం ఫిజిక్స్ ప్రయోగ ఫలితాల వల్ల, నవీన మానవుడు చాలా సులువుగా ఈ జ్ఞానప్రాప్తిని పొందగలడు మరియు బుద్ధిలోపల ఉండే శాంతమైన ఆత్మను తక్షణమే దర్శించగలడు.

శ్రీవశిష్ఠ గీతలో మనలోపల వుండే ఈ అనంత పరమత్మ యొక్క లక్షణాన్ని ఈ విధంగా వర్ణించబడింది: "దేహాంతర్భూతుడైన" పరమేశ్వరుడైన ఆత్మ దేహము నశించినా నశించదు. దేహము వృద్ధి చెందినా వృద్ధి చెందదు, దేహము కదిలినా కదలదు. దేహము కదిలిన ఆత్మ కదలదు అనే విషయం చాల ఆశ్చర్యకరమైనది మరియు లోతుగా ఆలోచించదగినది.అనంతంగా వ్యాపించివున్న ఈ అస్థిత్వము నిశ్చలంగా చిద్గుణ రూపములో వున్నది కాబట్టి, జీవాత్మ అనేది నిజానికి వేరేగా లేదు కాబట్టి మనలోని పరమాత్మ కదలదు అని అర్థం.

"అది కదులుతుంది మరియు అది కదలదు; అది దూరంగా ఉంది మరియు దగ్గరగా ఉంది; అది వీటన్నిటి లోపల ఉంది మరియు అది వీటన్నిటి వెలుపల కూడా ఉంది" – ఈశా ఉపనిషత్.

"కుండను తీసుకొని పోవునప్పుడు ఏ విధంగా అందులోని ఆకాశాన్ని తీసుకొని పోవడం లేదో, కుండను మాత్రమే తీసుకొని పోవుతున్నామో, అట్లే పరమాత్మ కూడా ఆకాశంతో సమానంగా జీవుని యందు ఉన్నాడు" — అమృత బిందు ఉపనిషత్.

ఈ విషయం పరిపూర్ణంగా అర్థం చేసుకుంటే, బ్రహ్మజ్ఞానము మొత్తం గ్రహించినట్లే, మొట్టమొదటి అతి ముఖ్యమైన విషయం ఏమిటంటే ఇక్కడ వున్నది అనంత పరమాత్మ ఒక్కటే; జీవాత్మలు అనబడేవి.

పరమార్థమున నిజానికి లేవు. ఎండమావుల వలే జీవాత్మలు పరమాత్మ యొక్క ప్రతిబింబాలుగా మనకు దర్శనమిస్తున్నాయి. ఎండమావులలో వాస్తవానికి నీరు లేనట్లే, జీవాత్మకు కూడా ప్రత్యేకమైన ఉనికి ఏమీ లేదు. మరణానంతరం పంచభూత నిర్మిత శరీరం పంచభూతాల్లో కలసిపోయిన తర్వాత, జీవాత్మకు ఉనికి అనేది అంతటితో ముగిసిపోతుంది. ఇక జీవాత్మకు పునర్జన్మ అనే ప్రశ్న తలెత్తదు; అంటే పునర్జన్మ అనేది లేదు. పునర్జన్మ భయం అవసరం లేదు. కాని అనంతంగా ప్రతి జీవిలో, ప్రతి వస్తువులో, చివరకు ఆకాశంలోనూ నిరంతరంగా, అనంతంగా వున్న ఆత్మ ఇలాంటి పంచభూత నిర్మితమైన జీవజాతుల్ని మరియు వీటికి మూలాధారమై అజీవ పదార్థాలైన మన భూమి లాంటి గ్రహాలు, మన సూర్యుని లాంటి నక్షత్రాలను తిరిగి రూపొందిస్తూ వుంటుంది. అంటే దీనర్థం మనిషిలోని జీవాత్మ ఇంకొక జీవిలోకి ప్రవేశిస్తుంది అని కాదు. ఈ అనంత పరమాత్మయందు వివిధ రూపాలలో పంచభూతాలు ప్రకటితమవుతుంటాయి. పంచభూతాలు ఇంకొక రూపంలో ఇంకో విధమైన జీవులుగా లేదా పదార్థాలుగా రూపాంతరం చెందవచ్చును. అంతే గాని, జీవాత్మ ఉనికి మనిషి మరణంతో అంతరిస్తుంది. ఆత్మ ఒక శరీరాన్ని వదిలి ఇంకొక శరీరాన్ని దరిస్తున్న విషయం చాలా తప్పుగా అర్థం చేసుకొనబడింది . అనంత ఆత్మ తనలో స్థితి కలిగి ఉండే పంచభూతాల చేత వివిధ జీవులను సృష్టిస్తూ, మరణించిన/ నశించిన తరువాత ఇంకొక పదార్థంగా రూపాంతరం చెందుతుంది. ఈ విషయాన్ని ఎలాంటి అయోమయం లేకుండా అర్థం చేసుకోవాలి. అంతేగాని జీవాత్మ అనేది ఒకటి ఉండి అది శరీరం మరణించిన తర్వాత ఇంకొక శరీరంలోకి ప్రవేశిస్తుంది అన్న విషయం చాలా శాస్త్రీయమైనది. ఈ విషయాన్ని సరిగ్గా అర్థం చేసుకుంటేనే గీతాసారాన్ని, అంటే వేదాంతాన్ని / బ్రహ్మజ్ఞానాన్ని సరిగా అర్థం చేసుకోగలము. వీలైతే ఒకసారి కఠోపనిషత్తులను కూడా అధ్యయనం చేయాలి. అదేవిధంగా శ్రీవషిష్ట గీతను కూడా అధ్యయనం చేయాలి. ఇంకా సులభంగా ఈ జీవాత్మలకున్న

నిజస్వరూపాలు, దాని అస్థితత్త్వం అర్థమవుతుంది. చలన చిత్రాల్లో చూపించినట్లు మరణానంతరం దేహం నుండి ఒక జ్యోతి లాంటిది పైకి వెళ్ళిపోవడం తప్పుగా చూపించే విషయం. ఏ జీవిలోనూ లోనూ పంచభూత నిర్మితమైన శరీరం కాకుండా జీవాత్మ అనబడే అబూతమైన జ్యోతి లాంటి ఇంకొక వస్తువు అనేది లేదు దీనివల్ల అనంత ఆత్మ యొక్క అసలు స్వరూపం గ్రహించడంలో గందరగోళం ఏర్పడి పక్కదారి పట్టినట్లవుతుంది.

1. "ఆత్మ నిత్యానంద స్వరూపమైనది, సత్యమైనది, ఏక రసమైనది. ఇది ఇంద్రియములకు, ద్రష్టయై ఉన్నది; అట్లే శ్రోత్రేంద్రియమునకు, వాగేంద్రియమునకు, మనసుకు, బుద్ధికి, ప్రాణమునకు, తమస్సుకు, సమస్తమునకు ద్రష్టయై ఉన్నది. కావున ఆత్మ సర్వముకంటే నిలక్షణమైనది. ఆత్మ నేత్రమునకు సాక్షి; అట్లే స్తోత్రమునకు, వాక్కునకు, మనసుకు, బుద్ధికి, ప్రాణమునకు, తమస్సునకు, సమస్తమునకు సాక్ష్యం ఉన్నది. కావున అధి అవి కారమైనది, మహా చైతన్య స్వరూపమైనది. ఈ సమస్త జగత్తు కంటేను అత్యంత ప్రియమైనది, ఆనంద ఘనమైనది. ఈ సమస్త ప్రపంచమునకు ఎదుట మిగుల బాశించునది, ఏక రసమైనది, అజరమైనది, అమరమైనది, బ్రహ్మ స్వరూపమైనది."

2. "అద్వైయమైన ఈ ఆత్మ సన్మాత్ర స్వరూపమైనది, నిత్యమైనది, శుద్ధమైనది, సత్యమైనది, ముక్తమైనది, అసంగమైనది, వ్యాపకమైనది, అద్వైతానంద స్వరూపమైనది, పరతత్వమైనది, ఏక రసమైన, ప్రత్యగాత్మమైనది. ఈ ప్రమాణములచే నెరుగబడు సన్మాత్మా స్వరూపమైనది. ఆత్మస్వీయ మహిమయందు నిష్కామమైనది, స్వయం ప్రకాశ రూపమైన, ఏకైక సాక్షి అయి ఉన్నది." -- నృసింహోత్తర తపిన్నో ఉపనిషత్తు

"ఆత్మావత్ సర్వభూతాని" ఆత్మ లేదా పరమాత్మ అన్ని భూతాలు పృథ్వి, బలము, అగ్ని, వాయువు మరియు ఆకాశము అనే పంచభూతాల్లో స్థితి కలిగియున్నది.

యోగం

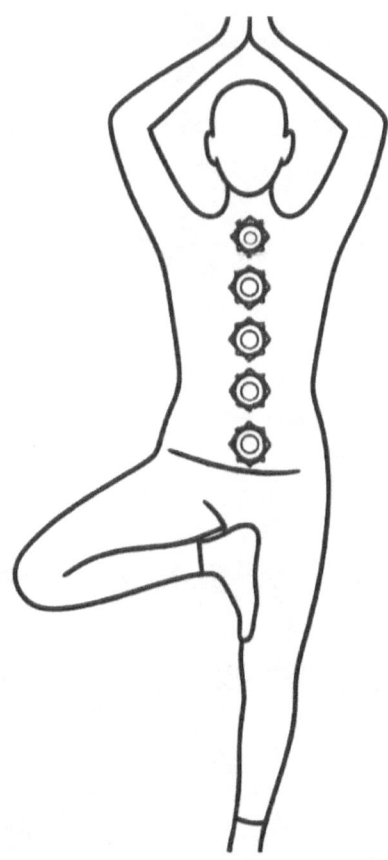

ప్రత్యాహారము, ధ్యానము, ప్రాణాయామము, ధారణ, సత్య విచారణ, సమాది అను ఆరు అంగములు యోగమని చెప్పబడును --- అమృత నాదోపనిషత్తు.

యోగం అంటే భగవద్ధ్యానానికి అనుసందానం చేసే ఒక ప్రక్రియ, అంటే భగవంతుని చేరుకోవడానికి చేసే చేధన అన్నమాట. ఈ యోగం నాల్గు విధాలుగా ఉంది. అవి:

1) కర్మ యోగం

2) భక్తి యోగం

3) రాజయోగం

4) జ్ఞాన యోగం.

పై వాటిలో మొదటి మూడింటి ద్వారా నాల్గవదైన చివరికి జ్ఞాన యోగం నేర్చుకోవడం ద్వారానే మోక్ష ప్రాప్తి లేదా పరమాత్మ దర్శనం కలుగుతుంది.

కర్మ యోగం గురించి లోతుగా తెలుసుకోవాలంటే బగవద్గీతను అధ్యయనం చేయాలి. కర్మ యోగం ప్రకారం చూస్తే, నిరంతరం పని చేస్తూనే మనము లేశమాత్రమైన అంతరంగములో కర్మ ఫలానికి అంటిపెట్టుకోకుండా నడుచుకోగలిగితే, భగవంతునికి దగ్గరగా వెళ్ళగలుగుతాము. ఇది అభ్యాసం వలన సాధ్యమవుతుంది.

ఇక భక్తి యోగం ద్వారా, భగవంతుని పట్ల నిరంతర ప్రేమ మరియు విశ్వాసాలతో నడుచుకొవడం, పరమార్థ జ్ఞానము తెలుసుకోవలెనని సంకల్పం అని కూడా భక్తిని గురించి చెప్పవచ్చు. కాని నేటి సమాజంలో అధిక సంఖ్యాకులు భక్తిని ఒక వ్యాపార వస్తువుగా మార్చి, భగవంతునికి కానుకలు సమర్పిస్తారు. మాకు భగవంతుడు అడిగినది ఇవ్వాలని కోరుకుంటారు. ఇది భక్తి కాదు, వ్యాపారం క్రిందకు వస్తుంది. నిరంతరం అనంత పరమాత్మతత్వాన్ని మనస్సులో కలిగియుండడం గొప్ప పూజ అని చెప్పబడింది.

రాజయోగం విషయానికి వస్తే, ఇది మన అంతరంగంలోకి దృష్టి సారించి పరమాత్మ స్వభావాన్ని దర్శించడం. దీనికోసం అధిక సంఖ్యకులకు ద్యాన ప్రక్రియ

అవసరం అవుతుంది. తమ తమ మానసిక స్థితుల ఆధారంగా, కాల క్రమేణ ద్యానం ద్వారా వారు తమ అంతరంగంలో ఒక చివరి దశను దర్శించుకుంటారు, ఇది శాంతంగా మరియు ఆనందంగా ఉంటుంది. ఈ స్థితి అనంత పరమాత్మ లేదా అస్తిత్వం యొక్క నిజస్థితి. ఒకసారి ఈ స్థితికి చేరుకున్న వ్యక్తి, బాహ్య ప్రపంచంలో వ్యవహరిస్తున్నప్పుడు, మళ్లీ మళ్లీ ఆ స్థితిని అనుభవిస్తూ, కొంతకాలం కార్యక్రమాల్లో నిమగ్నమై ఉండి, తిరిగి వెంటనే నిరంతరంగా ఆ ఆనంద స్థితిలో గడపడం అలవాటు అవుతుంది. ఈ విధంగా అలాంటి ఆనంద స్థితిలో ఉండటమే గొప్ప ద్యానం అంటారు.

ఈ విధమైన అలవాటు వల్ల మనిషికి మంచి ఆరోగ్యం మరియు తేజస్సు కలుగుతాయి. మన బుద్ధి మంచి ప్రశాంతమైన మానసిక స్థితిలో పరమాత్మతో నేరుగా సంబంధం కలిగి ఉంటుంది. ఇలాంటి మానసిక స్థితిని కలిగిన మనిషి తన చుట్టూ ఉన్న సమాజంలో కూడ శాంతిని మరియు ఆనందాన్ని నింపగలడు. చివరిదైన జ్ఞాన యోగం ద్వారా మాత్రమే పరమాత్మ దర్శనం కలుగుతుంది.

"మోక్షానికి జ్ఞానం తప్ప వేరే మార్గం లేదని చెబుతున్నాను." - శ్రీ వశిష్ట గీత

జ్ఞాని నా ఆత్మ స్వరూపుడు, జ్ఞాని నేను ఒకటే - భగవద్గీతలో శ్రీకృష్ణ పరమాత్మ.

ప్రస్తుత కాలంలో యోగం అంటే శరీర ఆరోగ్యాన్ని మరియు ధృడత్వాన్ని ఇచ్చే యోగాసనాలు మాత్రమే అన్న అపోహ చలామణిలో ఉంది. ఈ ప్రక్రియ యోగ సాధనలో ఒక మెట్టు మాత్రమే. ఆరోగ్యమైన శరీరం ముఖ్యమే కానీ పరమార్థ జ్ఞానం ద్వారా మాత్రమే పరమాత్మ దర్శనం కలుగుతుంది. ఈ సంపూర్ణ ప్రక్రియనే యోగం అంటారు. గీతలో శ్రీకృష్ణుడు అర్జునుని "యోగీభవో అర్జున" అని ఉపదేశిస్తాడు. అంటే పరమాత్మ దర్శన మార్గంలో అవలంభించే సాధన ప్రక్రియను యోగం అంటారు. అది కర్మ, భక్తి, రాజ మరియు జ్ఞాన యోగం ఏదైనా కావచ్చు. ఒకటి లేదా రెండు యోగాలు లేదా అన్నింటిని కలిపి ఆచరించి చివరకు పరమాత్మ దర్శనం చేసుకోవడం యోగాల యొక్క అంతిమ లక్ష్యం.

ధ్యానపరుడైన యోగి భయాన్ని, క్రోధాన్ని, సోమరితనాన్ని, అతినిద్రను, అతి
జాగరణను, అధికాహారాన్ని మరియు ఆహార లేమిని సదా విడిచి పెట్టవలెను.
పాలయందు నెయ్యి గూడముగా ఉండునట్లు ప్రతి ప్రాణి యందు విజ్ఞాన
రూపమగు పరమాత్మ నిగూడంగా నున్నది. సదా మనసును మదించి ఆ
పరమాత్మ అనే నవనీతమును వెలువరించవలెను — అమృత
బిందువుపనిషత్తు.

గుణగణాలు రూపొందడం

ప్రతి మనిషికి వారి జ్ఞాన సంపదను బట్టి వారి ప్రవర్తన మరియు జీవితం గమ్యాలు ఉంటాయి. ఉదాహరణకు, ఈ జీవితానంతరం స్వర్గం మరియు నరకాలు ఉన్నవని గాఢంగా నమ్మే వ్యక్తి, మరణానంతరం స్వర్గాన్ని చేరుకోవాలని పెద్దలు సూచించిన పుణ్యకార్యాలను ఆచరిస్తూ జీవితాన్ని గడుపుతాడు. అదేవిధంగా, ఈ జీవితం మాత్రమే శాశ్వతమైనది, ఇంకో జన్మ లేదని నమ్మే వ్యక్తి ఈ జీవితంలోనే సాధ్యమైనంతగా అనుభవించాలనుకుంటాడు. ప్రస్తుత తరుణంలో అధిక సంఖ్యలో ప్రజలు ఈ కోవకు చెందినవారే. వీరు చాలా స్వార్ధపూరితంగా ఉంటారు కాబట్టి సమాజంలో హింస పర్యావరణాన్ని నాశనం చేసి తమ సుఖాల కోసం వాడుకోవడం జరుగుతుంది. అదేవిధంగా ఇక్కడ ఉన్న అనంత అస్తిత్వం శాశ్వతం అని, ఈ సృష్టి అంతా అన్ని జీవులతో పాటు అనిత్యము మరియు అశాశ్వతం అని తెలుసుకున్న పరమార్థ జ్ఞాని తోటి మనుషులకు గాని, ఇతర ఏ ప్రాణికి గాని, తన చుట్టూ ఉన్న ప్రకృతికి, పర్యావరణాన్ని గాని ఎలాంటి హాని చేయకుండా వాటన్నిటితో సహజీవనం చేస్తూ ఉంటాడు. ఎందుకంటే అట్టి మనిషికి ఇక్కడ ఉన్న ప్రతి కనిపించే ప్రపంచంలోని కనిపించని అదృశ్య ప్రపంచం అంతా అనంత శుద్ధ చైతన్యంతో నిండి ఉన్నదన్న జ్ఞానం ఉంటుంది. కాబట్టి మంచి గుణగణాలు గల పౌరులు సమాజంలో ఉండాలంటే గొప్ప జ్ఞానం అవసరం అవుతుంది. అత్యున్నత పరమాత్మ లేదా పరమార్థ జ్ఞానం ఎక్కువమంది కలిగి ఉండడం వలన గొప్ప అభివృద్ధి మరియు శాంతికాముక సమాజం ఏర్పడుతుంది. చరిత్రలో మన కనిపించే గొప్ప వ్యక్తులు, అది ఏ రంగంలోనైనా కానివ్వండి, విజ్ఞాన, సామాజిక లేదా రాజకీయ రంగాలలో ఉన్న గొప్ప వ్యక్తులు పరమార్థ జ్ఞానాన్ని పొందిన వ్యక్తులే. కొందరు తమ ప్రజ్ఞ చేత, మరికొందరు గురువుల చేత గొప్ప జ్ఞాన దశకు చేరుకున్న వారే. సమాజంలో గొప్ప గుణము మరియు ప్రకాశంతో ప్రవర్తించాలంటే గొప్ప జ్ఞానం అవసరం. పరమార్థ జ్ఞానం గొప్ప శీలవంతులను, నిస్వార్థపరులను తయారు చేస్తుంది. అవతార పురుషులందరూ పరమార్థ జ్ఞానాన్ని పొంది గొప్ప

శీల సంపదను కలిగి యుగయుగాలుగా సమాజానికి మార్గదర్శకత్వం వహించి, మానవజాతిని పురోగమన మార్గంలో నడిపించారు.

ఇక్కడ ఇంకొక సందేహం తలెత్తుతుంది. అదేమిటంటే, ఈ అనంత విశ్వమే తన నిజ స్వరూపమని గ్రహించిన మనిషి యొక్క గర్వం ఎక్కువ అవుతుందని, కానీ నిజానికి జరిగేది ఏమిటంటే, అటువంటి వ్యక్తికి అహంకారం ఇసుమంతమైన ఉండదు. ఎందుకంటే, ఒకసారి తన పరిమిత అహం దాటి ఈ అనంత విశ్వంలో విలీనం అయినప్పుడు, ఈ పరబ్రహ్మ తత్వం అర్థమవుతుంది. కాబట్టి, నైపుణ్యం గల నృత్యకారుడు ఎప్పుడూ తప్పుడు అందెవెయ్యడు.

ఉపనిషత్తులు

ఈశావాస్యోపనిషత్తు:

ఈ చరాచర ప్రపంచమంతయు పరమేశ్వరునిచే (పరమాత్మచే) వ్యాపింపబడియున్నది. త్యాగభావముతో అనుభవించుము. ఇతరుల ధనాదులను కోరకుము.

అసుర సంబంధములగు లోకములు అజ్ఞానరూపమగు అంధ కారముచే వ్యాపింపబడుతున్నవి. ఆత్మజ్ఞానము లేనివారు అట్టి అసుర లోకములందే జన్మించుచున్నారు.

ఆత్మ దృశ్య పదార్థరూపమున చలించును. వాస్తవముగ (అధిష్ఠానదృష్టిచే) చలించదు. అజ్ఞానులకు ఆదిదూరముగ నుండును. జ్ఞానులకు సమీపముననే యుండును. ఆ యాత్మ ఈ సమస్త జగత్తు యొక్క బాహ్యాభ్యంతరములందును గూడ వ్యాపించి యున్నది.

ఎవడు సమస్త ప్రాణులను తన ఆత్మయందే చూచునో, అట్లే సమస్త ప్రాణులందును తన ఆత్మ నేకాంచునో, అట్టివాడు (సర్వాత్మదర్శనము వలన) దేనిని ద్వేషింపడు.

కఠోపనిషత్తు:

నచికేతుడు:-- ఒక మనిషి చనిపోయినప్పుడు ఈ సందేహం ఉంటుంది. కొందరు అతను ఉన్నాడని అంటారు, మరికొందరు అతను ఇలా లేడని అంటారు. నేను ఈ రహస్య జ్ఞానాన్ని మీ ద్వారా తెలుసుకోవాలనుకుంటున్నాను, ఇది నా వరంలో మూడవది.

యమధర్మరాజు:-- ఓ నచికేతా! ఈ మనుష్యలోకమున ఏ ఏ విషయ భోగములు మానవులకు దుర్లభములై యున్నవో, వాటిని నిన్ను కిచ్చెదను. కోరుకొనుము, రథములు, సంగీత వాద్యములు, సుందరస్త్రీలు మానవులకు చాల

దుర్లభములు. నేను నీ కొసంగు వీనితో సుఖముగ నుండుము. కాని మృత్యువును గూర్చి మాత్రం మరల అడుగకుము.

నచికేతుడు:-- ఓ యమధర్మరాజా! మీరు చెప్పినవి నశ్వరములు పైగా అని, మానవుని సర్వేంద్రియములలో గల తేజస్సును నశింపజేయున అయియున్నవి. మానవుని జీవితమంతయు అతి స్వల్పము. కావున మీ రొసం దలంచు గుఱ్ఱములను, నృత్యగీతములను మీ యొద్దనే ఉండనిండు.

యమధర్మరాజు:-- ఆత్మను గూర్చి వినుటకూడ అనేకులకు లభ్యము కాదు. ఒక వేళ వినినప్పటికిని, దానిని చక్కగా తెలిసికొన లేరు. దీనిని గూర్చి చెప్పువాడు ఆశ్చర్యవంతుడు. వినువాడు అతి సూక్ష్మబుద్ధి కలవాడు. సమర్థుడైన జ్ఞానిచే ఉపదేశింపబడి దానిని బాగా అవగాహన చేసుకున్నవాడు కూడా ఆశ్చర్యవంతుడే అవతాడు.

లెమ్ము! మేలుకొనుము, ఉత్తములైన గురువులను సమీపించి ఆత్మను గురించి తెలుసుకో. ఆ మార్గం కత్తి యొక్క పదునైన అంచువలె దాటటం కష్టమైనదని పెద్దలు చెప్పుతారు.

జ్ఞానస్వరూపమైన ఈ బ్రహ్మ (ఆత్మ) పుట్టదు. మరణించదు. ఇది దేనినుండియు ఉత్పన్నమైనది కాదు, దీనినుండి ఏదీ ఉత్పన్నమవ్వదు. ఇది జన్మరహితమైనది, నిత్యమైనది, శాశ్వతమైనది, అనాదియైనది. శరీరం నశించినప్పటికీ ఈ ఆత్మ నశించదు.

చంపేవాడు తాను చంపుతున్నానని అనుకుంటాడు, కానీ చంపబడువాడు తాను చనిపోతున్నానని తెలుసుకోడు. వారిరువురకూ ఆత్మ అనేది ఏమిటో తెలియదు. ఈ ఆత్మ చంపదు. చంపబడదు.

ఆత్మ ఒకచోట ఉన్నా దూరంగా పోగలదు. పరుండి ఉన్నప్పటికీ అన్నివైపులా వెళ్లగలదు.

నశ్వరమైన శరీరములలో ఉన్నప్పటికీ ఈ ఆత్మ శరీరములేకుండా ఉంటుంది. చాల గొప్పది. సర్వవ్యాపి. అట్టి ఆత్మను తెలిసికొని ధీరుడైనవాడు దుఃఖించడు.
ఇంద్రియాల కంటే పదార్థాలు గొప్పవి. పదార్థాల కంటే మనస్సు గొప్పది. మనస్సు కంటే బుద్ధి గొప్పది. బుద్ధికంటే మహత్తరమైన ఆత్మ (హిరణ్యగర్భుడు) గొప్పది. మహత్తరమైన ఆత్మ కంటే అవ్యక్తం గొప్పది. అవ్యక్తం కంటే పురుషుడు (పరమాత్మ) గొప్పవాడు, పురుషునికంటే గొప్పది మరి ఏదీ లేదు. అదీ అన్నింటికి పరాకాష్ఠ. అదీ పరమగమ్యం.
సమస్త ప్రాణులందు నిగూఢంగా ఉండటంతో ఈ ఆత్మ అందరికీ కనుపించదు. కానీ సూక్ష్మదర్శులైన వారికి తమ సూక్ష్మబుద్ధిచే ఈ ఆత్మ కనిపిస్తుంది.
నచికేతా! నిర్మలమైన జలములో నిర్మలమైన జలమందు పడి దానితో ఏకమవుతున్నట్లుగా, జ్ఞానం కల ముని యొక్క ఆత్మ కూడా బ్రహ్మమే అవుతుంది.
ఇంద్రియాల కంటే మనస్సు గొప్పది, మనస్సు కంటే బుద్ధి గొప్పది, బుద్ధి కంటే మహత్తత్త్వం గొప్పది, మహత్తత్త్వం కంటే అవ్యక్తం గొప్పది, వ్యక్తం కంటే సర్వవ్యాపకుడు, నిర్గుణుడు అయిన పురుషుడు (ఆత్మ) గొప్పడు. ఆ పురుషుని తెలిసికొనినవాడు విముక్తుడై అమృతత్వాన్ని పొందును.

ముండకోపనిషత్తు:

దేనిలో స్వర్ణం, భూమి, అంతరిక్షం, సకల ప్రాణములతో కూడిన మనస్సు గ్రుచ్చబడుతున్నదో, అట్టి ఏకమైన ఆత్మను తెలిసికొనాలి. ఇతర వాక్యాలను వదలిపేయాలి. ఇక్కడ ఆర్యము అమృతత్వం (అత్మసాక్షాత్కారం) పొందుటకు వారధి అయి ఉన్నది.

తైత్తిరీయోపనిషత్తు:

దేని నుండి వాక్కు మనసు తెలియజాలక వెనకకు మరలుతున్నాయో అట్టి బ్రహ్మను తెలిసికొనిన విజ్ఞానవంతుడు దేనికిని భయపడడు. 'నేను పుణ్యకార్యాన్ని చేయలేదు? పాపకార్యాన్ని చేశాను' అని నిట్టి చింత ఇట్టి బ్రహ్మవేత్తను తపింపచేయదు.

బ్రహ్మాది స్తంభపర్యంతం కల ఈ సమస్త ప్రాణులు దేనినుండి ఆవిర్భవించినవో, దేనిలో జీవించుచున్నవో, దేనిలో లయించుచున్నవో అదియే బ్రహ్మ. అట్టి బ్రహ్మను ఎఱుగ వలయును. (అని ఈ ప్రకారముగా తండ్రియగు వరుణుడు భృగువునకు ఉపదేశించగా) అంతట భృగువు తపస్సు నాచరించాడు.

ఆనందమునుండి ఈ సమస్త ప్రాణులు పుట్టుచున్నవి. ఆనందమే తనను జీవించుచున్నది. కావున ఆనందమే బ్రహ్మ అని (భృగువు) తెలిసి "నేను" అన్నారు.

ఇప్పుడు ఆనందం విచారించబడుచున్నది - యౌవనము, సాధుత్వము, వేదాధ్యయనం, పరిజనము, శరీర దృఢత్వము, ధైర్యము, బలము, భూతలమంతయు ఏలునట్టి శక్తి, సంపూర్ణధనం మొదలైనవి కల ఒక మనిషి ఆనందాన్ని ఒక మనిష్యానందమని చెప్పబడును. ఇట్టి ఆనందం వేదార్థమెరిగిన శ్రోత్రియుడును, కామరహితుడును, బ్రహ్మవేత్తకును కూడ కలదు.

ఇట్టి మనుష్యానందమునకు నూరురెట్లు కలదు మనుష్య గంధర్వానందము, దానికి నూరురెట్లు కలదు దేవగంధర్వానందము, దానికి నూరింతలు కలదు పితృదేవతల ఆనందము. దానికి నూరురెట్లు కలదు ఆజానజ దేవతల ఆనందము. దానికి నూరింతలు కలదు కర్మదేవతల ఆనందము, దానికి నూరురెట్లు కలదు దేవానందము. దానికి నూరురెట్లు కలదు ఇంద్రానందము. దానికి నూరింతలు కలదు బృహస్పతి ఆనందము. దానికి నూరురెట్లు కలదు

ప్రజాపతి ఆనందము. దానికి నూరురెట్లు అధికమైనది బ్రహ్మానందము. ఆ బ్రహ్మ మనుష్యుని హృదయమును దున్నది. ఈ ఆనందములు అన్నీ వేదార్థమెరిగిన శ్రోత్రియునకు, కామరహితునకు కూడా కలవు. మనుష్యుని యందలి ఈ ఆనందరూప బ్రహ్మమేది కలదో, సూర్యుని యందు ఉన్న బ్రహ్మమా కలదో, ఆ రెండూ ఒకటే. ఇట్లు తెలిసికొనినవాడు విషయము లందపేక్ష లేనివాడై అన్నమయకోశమును దాటుచున్నాడు. (ఆత్మకంటే అది వేఱని తెలిసికొంటున్నాడు). అట్లే మనోమయ, విజ్ఞానమయ, ఆనందమయకోశములను కూడ ఆత్మకాదని యెఱుగుచున్నాడు.

ఐతరేయోపనిషత్తు:

ఈ ప్రపంచము సృష్టికి పూర్వము ఒకే ఆత్మగా ఉండినది. ఆ ఆత్మ తప్ప వేరొకటి ఏదియును లేదు. ఆ ఆత్మ లోకములను సృష్టించవలయునని ఆలోచించెను. స్థావరజంగమాత్మకమగు ప్రపంచమంతయు బ్రహ్మమే. శిలాది స్థావరములు, పక్షులు ఇంకా సమస్త ప్రాణులును ఆ బ్రహ్మముగనే యున్నవి. సమస్తము ప్రజ్ఞానేత్రము, సమస్తము ప్రజ్ఞానమునందు స్థాపింపబడుతున్నది. లోకమంతయు ప్రజ్ఞానేత్రం. ప్రజ్ఞయే ప్రతిష్ఠింపబడుతున్నది. ప్రజ్ఞానమే బ్రహ్మము.

ఛాందోగ్యోపనిషత్తు:

ఓమ్ అనువ అక్షరమును ఉపాసించవలయును. ఓమ్ అని గానము చేయవలెను. ఏ విద్వాంసుడు ఈ ప్రకారముగ అక్షరమై, అమృతమై, అభయమై యుండు ఓంకారమును ఉపాసించుచున్నాడో. అతడు దేవతలవలె అమృతత్వమును పొందును.

నామరూపాత్మకమైన ఈ ప్రపంచమంతయు బ్రహ్మమే అయియున్నది. ఈ జగత్తు దానినుండి కలిగినది. దానిలో లయమగుచున్నది. దాని యందే ప్రతిష్టితమై యున్నది. కావున శాంతుడై బ్రహ్మమును ఉపాసించవలయును.

ఉద్దాలకుడు:- సౌమ్యుడవగు ఓ శ్వేతకేతూ! మృత్తికామయముల్లైన ఘటాద్రి పదార్థములన్నియు మృత్తికయే యనియు, నామరూపములు మాత్రమే వేజనియు, మృత్తిక మాత్రమే సత్యమని ఎఱుగవలెను (అట్ల ఈ ప్రపంచము బ్రహ్మమయమై యున్నది. ఆ బ్రహ్మమే సత్యమైనది).

నామరూపాదులతో కూడిన ఈ జగత్తు ఉత్పన్నమగుటకు పూర్వము సత్తుగా ఏకమై, అద్వితీయమై యుండినది.

ఓ శ్వేతకేతూ! ఈ సమస్త ప్రపంచము పరమాత్మచే పరిపూర్ణమై యున్నది. ఆ పరమాత్మయే సత్యము. అదియే ఆత్మ, అదియే నీవై యున్నావు.

అత్మ పాపరహితమైనది. వార్ధక్యములేనిది, మరణములేనిది, శోకము ఆకలితప్పికలు లేనిది. అది సత్యకామమును, సత్య సంకల్పమును అయియున్నది. ఇట్టి ఆత్మను బాగుగా వెదకి తెలిసి కొనవలెను. అట్లు తెలిపికొసనవాడు సమస్త లోకములను, సమస్త అభిలాషలను పొందుచున్నాడని ప్రజాపతి చెప్పెను.

బృహదారణ్యకోపనిషత్తు:

సృష్టికి పూర్వము ఆత్మ ఒకటియే కలదు.

రెండవ వస్తువు కాని వ్యక్తి కాని యున్నచో భయము కలుగును (ఆత్మ తప్ప మఱియొక వస్తువుకాని, వ్యక్తికాని ఈ ప్రపంచమున లేనందున; ఇక భయమేల కలుగును? కలుగదని భావము).

ఆత్మ మిక్కిలి ప్రియమైనది. పుత్రునికంటే, ధనముకంటే, ఆత్మ ప్రియతమమైనది. ఇంక ఏ ఏ పదార్థాలు శ్రేష్ఠముల్లైనవి కలవ వానికంటే, ఆత్మ

ప్రియతమమైనది. ఆత్మ మన సమీపంలోనే మన స్వరూపమై ఉంది. అనాత్మను ప్రియమని చెప్పుమనుజునకు, ఆత్మజ్ఞాని "అయ్యా! మీరు ప్రియమని తలచు, పుత్రాదులు నశించునవి కదా" అని చెప్పును. ఈ సత్యాన్ని తెలుపుటకు అతడొకడే సమర్థుడు. అనాత్మరూపమైన దానికి అస్తిత్వం లేదు, అవిద్యచే ఉన్నట్లు కనిపించును. కావున ఆత్మయను ప్రియవస్తువునే ఉపాసించవలెను. ఆత్మను ప్రియమని ఉపాసించువాని ఆనందం నశింపదు.

కామము, సంకల్పము, సంశయము, శ్రద్ధ, అశ్రద్ధ, ధైర్యము, అధైర్యము, లజ్జ, బుద్ధి, భయము ఇవి అన్నీ మనస్సే (మనోరూపములే) అయి ఉన్నవి. ఆ ఆత్మయే (విశ్వాత్మయే, బ్రహ్మమే) ఈ ఆత్మ (జీవాత్మ) అది సమస్త ప్రాణులకును అధిపతి, బండి చక్రమునకు నాభిలో అరములు (ఆకులు) గ్రుచ్చబడియున్నట్లు, ఈ ఆత్మయందు సమస్త ప్రాణములు, సమస్తలోకములు, సమస్త దేవతలు, సమస్త భూతములు గ్రుచ్చబడియున్నాయి.

ఆత్మ జలమువలె స్వచ్ఛమై, ఏకమై, ద్రష్ట అద్వైతమై ఉన్నది. అదియే బ్రహ్మలోకము, అనగా పరబ్రహ్మస్థానము, అదియే జీవునకు ఉత్తమ గతి. అదియే సమస్త సంపదలకంటే శ్రేష్ఠమైనది. అదియే పరమానందము. ఈ ఆనందమునకు ఒక్క అంశమును ఆధారపడి సమస్త ప్రాణులు జీవించియున్నవి.

కైవల్యోపనిషత్తు:

ఆ పరమాత్మయే బ్రహ్మదేవుడు, అతడే శివుడు, ఇంద్రుడు, నాశరహితుడు, ఉత్తముడు, స్వయంప్రభువు, విష్ణువు, ప్రాణము, కాలము, అగ్ని, చంద్రుడు అయి ఉన్నాడు. భూత భవిష్యత్తులందుండు సమస్తము ఆ పరమాత్మయే. అతడు శాశ్వతుడు. ఆ పరమాత్మను తెలిసికొని జ్ఞాని మృత్యువును దాటుచున్నాడు. మోక్షమును పొందుటకు ఇంతకంటే వేఱగు మార్గము లేదు.

సమస్త ప్రాణులందును తనను, తనయందు సమస్త ప్రాణులను చూచువాడు పరబ్రహ్మమును పొందుచున్నాడు. ఇతర కారణములచే పొందుటకు వీలులేదు.

అనేక వేదములచే తెలియబడువాడను నేనే వేదాంత ప్రవర్తకుడను, నేనే వేద వేద్యుడును. నాకు పుణ్యపాపములు లేవు. నాకు నాశనము లేదు. నాకు జన్మము, దేహము, ఇంద్రియములు, బుద్ధి లేవు. నాకు భూమి, జలము, అగ్ని, వాయువు, ఆకాశము అను పంచ భూతములు లేవు. హృదయ గుహ యందున్నదియు, రూపరహితమైనదియు, అద్వితీయమైనదియు, సమస్తమునకు సాక్షియు, సత్తు అసత్తు లేనిదియు, పరిశుద్ధమైనదియు, నగు పరమాత్మ స్వరూపమును తెలిసికొని జీవుడు అట్టి పరమాత్మ స్వరూపమును పొంచుచున్నాడు.

మైత్రేయోపనిషత్తు:

కర్మ త్యాగం సన్యాసం కాదు, ప్రేశోచ్ఛరణమును సన్యాసం కాదు. జీవాత్మల యొక్క ఐక్యమే సన్యాసం అని చెప్పబడింది. బ్రహ్మ తత్వ చింతనము ఉత్తమమైనది, శాస్త్రచింతనము మధ్యమైనది, మంత్రచింతనము అధమమైనది, తీర్థయాత్ర అదమాదమమైనది. సముద్రము నందు ఉంచబడిన నిండుకుండ వలె పరమాత్మ లోపల వెపలా పరిపూర్ణమైనది మరియు ఆకాశమునందుంచబడిన శూన్య ఘటము వలె లోపల వెరుపల శూన్యమైనది.

మంత్రి కోపనిషత్తు:

ఎవని యందు ఈ చరాచర జగత్తు కూర్చబడి ఉన్నదో, ఆ పరిశుభ్రమైన సర్వవ్యాపకమైన అద్వితీయమైన పరమాత్మను బ్రహ్మనిష్ఠులు

దర్శించుచుందురు. మరియు నదులు సముద్రము నందు వలె అతనియందే లయను పొందుచుందురు.

సర్వసారోపనిషత్తు:

నేను ప్రాణరహితుడను, మనోరహితుడను, పరిశుద్ధుడను, బుద్ధి మొదలైన వానికి సదా సాక్షిభూతుడను. నేను సదా నిత్యుడను, చిన్మాత్రుడను, ఇటు సంశయమేమీ లేదు. సర్వ వేదాంత వేద్యమగు బ్రహ్మము నేను. ఆగ్నేయుడను, ఆకాశాది పంచభూతములు నేను కాను. నేను నామములను కాను, కర్మలు కాను. సచ్చిదానందమైన బ్రహ్మమును నేనే.

నేను దేహమును కాను కావున జనన మరణములు నాకు ఇక నాకేచట. నేను ప్రాణమును కాను కావున ఆకలి దప్పికలు ఇక నాకేచట. నేను చిత్తమును కాను కావున శోకమోహములు ఇక నాకేచట. నేను కర్తను కాను కావున బంధమోక్షములు ఇక నాకేచట.

సుభాలోపనిషత్తు:

ముముక్షువు శాంతుడు, దాంతుడు, ఉపరతుడు, తితిక్షువు, సమాధినిష్ఠుడుగా తన అంతరాత్మయందే పరమాత్మను దర్శించుచున్నాడు. ఆ పరమాత్మ మెరిగిన విజ్ఞుడు, సర్వం యొక్క ఆత్మయగుచున్నాడు.

నిరాలంబోపనిషత్తు:

అద్వితీయమైనదియు, సకలోపాది వినిర్ముక్తమైనదియు, సర్వశక్తి సంపన్నమైనది, ఆది అంతములు లేనిదియు, శుద్ధమైనది, మంగళకరమైనది, శాంతమైనది, యు నిర్గుణమైనదియు, అనిర్వచనీయమైనదియు చైతన్యమే బ్రహ్మం. శరీర ఇంద్రియ సంయమనము చేతను, సద్గురు ఉపాసన చేతను,

శ్రవణమన నిధి ధ్యానముల చేతను, దృశ్య స్వరూపమైన దంతయును సర్వాంతర్యామి అయి ఉన్నది, సర్వసమానమైనది. గటపటాధి వికార వస్తువులందు వికార రైతమైనది యగు చైతన్యం తప్ప మరొకటి ఏదియు నిచట లేదని సాక్షాత్కార అనుభవమే జ్ఞానం.

త్రాటియందు సర్ప భ్రాంతి వలె కేవలం సర్వాంతర్యామి, సర్వస్వరూపమునగు బ్రహ్మమునందు దేవతలు, పశువులు, మనుషులు, స్త్రీలు, పురుషులు, వర్ణాశ్రమములు, బంధమోక్షములు అనేక భేదములచే కల్పితమైన జ్ఞానమే అజ్ఞానం.

సచ్చిదానంద స్వరూపం మెరిగి ఆనంద స్వరూపముతో ఉండుటయే సుఖం. అనాత్మములైన విషయముల యొక్క సంకల్పమే దుఃఖం. సజ్జనుల సాంగత్యమే స్వర్గం. అసత్తైన సంసారం యొక్క విషయములందు ప్రవృత్తులైన అజ్ఞానులతోటి సాంగత్యం నరకం.

సర్వుల అంతరంగమున ఉన్న చిద్రుపమును అనగా పరమాత్మను ఎరిగిన వాడే విధ్వాన్సుడు. ప్రాణము, ఇంద్రియములు మొదలైన వానికంటేను, అంతకరణము కంటేను, త్రిగుణముల కంటేను పరమైనది, సచ్చిదానంద స్వరూపమైనది, సర్వమునకు సాక్షి అయినది, నిత్యముక్తమైనది, నగు బ్రహ్మము యొక్క స్థానమే పరమపదం.
ప్రాపంచిక విషయాలను పరిగణనలోకి తీసుకోకుండా, నిర్మముడైన వాక్యంలో నిరంకారుడై, తనకిష్టమగు బ్రహ్మమును శరణు జొచ్చి, "తత్త్వమసి, అహం బ్రహ్మాస్మి, సర్వ నేహ నానాస్తికించన" మొదలైన మహావాక్యాల అర్థాన్ని అనుభవాల ద్వారా తెలుసుకుని, "నేను బ్రహ్మమే" అని నిశ్చయంగా

తెలుసుకుని, నిర్వికల్ప సమాధితో కూడి స్వతంత్రుడై యతి సంచరించుచుండును. అతడే సన్యాసి, అతడే ముక్తుడు, అతడే పూజ్యుడు, అతడే యోగి, అతడే పరమహంస, అతడే అవధూత, అతడే బ్రాహ్మణుడు.

శుకరహస్యోపనిషత్తు:
జీవుడు దేనిచే చూస్తున్నాడో, వినుచున్నాడో, వాసన చూస్తున్నాడో, మాట్లాడుతున్నాడో, రుచిచూస్తున్నాడో, అదియే ప్రజ్ఞానమని చెప్పబడింది. బ్రహ్మదేవుని, ఇంద్రాదిదేవతలను, మనుష్యులను, గుఱ్ఱాలను, ఆవులను మొదలైన వాటిలో ఏకమయిన చైతన్యమే పరబ్రహ్మం. అందుచే నా యందలి చైతన్యమూ బ్రహ్మమే అవుతుంది. పరిపూర్ణమైన పరమాత్మ జ్ఞానాన్ని పొందుటకు యోగ్యమయి ఈ మనుష్య శరీరంలో, బుద్ధికి సాక్షిగా, నిర్వికారముగా ప్రకాశించుచున్నది. పరమాత్మ "అహమ్" (నేను) అనే పదముచే చెప్పబడుతున్నది.

స్వయముగా పరిపూర్ణమైన పరమాత్మ మహావాక్యములో బ్రహ్మమును పదముచే చెప్పబడింది. "అస్మి" అనే పదము జీవ బ్రహ్మైక్యాన్ని తెలుపుతుంది. అందుచే నేను బ్రహ్మమే అవుతాను.
సృష్టికి పూర్వం నామరూపాలు లేనిది, ఏకమైనది, అద్వితీయమైనది, అగు ఏ సద్వస్తువు కలదో, ఆ సద్వస్తువుకు ఇప్పుడూ విచారణ తత్పదము ద్వారా ఆ స్వభావమే చెప్పబడుతున్నది. జీవునియొక్క శరీర, ఇంద్రియాదుల కంటే అతీతమైన "సద్వస్తువు" మహావాక్యమునందు 'త్వం' పదముచే చెప్పబడింది. 'అసి' అనే పదం ఐక్యము గ్రహింపబడుతున్నది. అట్టి తత్, త్వం పదార్థముల అనుభవము ముముక్షువు అనుభవించవలసినది.

'అయమ్' అనే పదముచే ఆత్మ స్వయంప్రకాశమైనది, ప్రత్యక్షమైనది అని అర్థం చెప్పబడింది. అది అహంకారము ఆదిగా గలిగి, స్థులశరీరము అంతముగా గల జగత్తునకంటే విలక్షణమైన ప్రత్యగాత్మ అని చెప్పబడుతున్నది.

తెజోబిందూపనిషత్తు:

పరబ్రహ్మము యొక్క స్థానము ఉపాధి రహితమయినది. మరియు వాక్కునకు, మనస్సునకు అతీతమయినది. విశుద్ధమైన బుద్ధికి గోచరించునది అయియున్నది. అశూన్యం, శూన్యభావం, శూన్యాతీతం, హృదిస్థితమునది. ఆ బ్రహ్మము శూన్యము కానిది, (దృశ్య) శూన్యమయినది, శూన్యాతీతమైనది, సమస్త ప్రాణుల హృదయమునందున్నది అయియున్నది.

'నేను బ్రహ్మమునే అయియున్నాను' అనే సద్వృత్తిచే నిరాధారముగా మండుట ధ్యానం అని ప్రసిద్ధి చెందింది. అది పరమానందదాయకమైనది. వికారములేని నిశ్చలమనోవృత్తితో 'నేను బ్రహ్మమును' అనే భావము కలిగి చిత్తవృత్తులు ఏవియు లేకుండా ఉండుట సమాధి అని చెప్పబడుతున్నది.

నేను పరబ్రహ్మ స్వరూపుడను, పరమానందరూపుడను, కేవలము జ్ఞానరూపుడను, కేవలము పరమాత్మ స్వరూపుడను అయియున్నాను. ఈ సమస్తము బ్రహ్మమనే మాత్రమే అయియున్నది. బ్రహ్మముకు వేఱుగ యిచట ఒకింతైనా లేదు. సదానందమై, సనాతనమైన ఆ బ్రహ్మనే అయియున్నాను. స్వాతంత్రమునే సదా కాంచవలెను. స్వాత్మ మంత్రమునే అభ్యసింపవలయును.

'అహం బ్రహ్మాస్మి' (నేను బ్రహ్మమును) అనే ఈ మంత్రము మృతుయు పాశమును నశింపజేయును. 'అహం బ్రహ్మాస్మి' అనే ఈ మంత్రము ద్వైతదుఃఖమును నశింపజేయును.

ఉల్లేఖనాలు (కొటేషన్స్)

చిన్న వయసులోనే జ్ఞానోదయం పొందిన శ్రీ దత్తాత్రేయ అవధూత జ్ఞాని తన "అవధూత గీత" లో వేదాంతాన్ని చాలా స్పష్టంగా వివరించడానికి ప్రయత్నించారు. ఏ గురువు నుండి అయినా బ్రహ్మ/అనంతమైన విశ్వ ఉనికి యొక్క జ్ఞానాన్ని పొందవచ్చని చెబుతారు. గురువు యొక్క స్థితిని చూడకుండానే జ్ఞానాన్ని పొందాలని ఆయన అంటున్నారు, అది బాలుడైనా, సన్యాసి అయినా, సంసారి అయినా. వజ్రాన్ని దుమ్ములో వదిలివేయకూడదని ఆయన అంటున్నారు. పడవకు రంగు లేనందున నదిని దాటకూడదా అని ఆయన అడుగుతున్నారు.

"గురువు గతాన్ని ఎప్పుడూ అడగవద్దు. నది ప్రారంభం తెలిస్తే, మీరు దాని నుండి ఒక కప్పు నీరు కూడా తాగరు." -- స్వామి చిన్మయానంద

"వేదాలు జ్ఞానోదయం పొందిన వ్యక్తులకు ఆదేశాలు ఇవ్వలేవు ఎందుకంటే అటువంటి వ్యక్తుల ప్రవర్తనను నమోదు చేసిన గ్రంథాలే వేదాలు." -- స్వామి చిన్మయానంద

"ఈ ప్రపంచాన్ని త్యజించడం లేదా అంగీకరించడం అనే రెండు అహంకార ప్రక్రియలను అధిగమించి, మీరు అనంతమైన పరమాత్మ/ఆత్మ కాబట్టి ఆనందంలో మునిగిపోవాలి." -- అవధూత గీత

"మీరు సర్వవ్యాప్తి అని తెలిసికూడ, నేను తీర్థయాత్రలకు వెళ్లి మిమ్మల్ని చూడాలనుకుంటున్నాను, మరియు నేను మిమ్మల్ని మాటలలో వర్ణించలేనని తెలిసికూడ, నేను మిమ్మల్ని ప్రజలకు వివరిస్తాను. ఈ తప్పులకు నన్ను క్షమించు" అని శ్రీ దత్తాత్రేయ చెప్పారు. ఈ విశ్వం మొత్తం శాశ్వతమైన

పరమాత్మ/ఆత్మతో నిండి ఉన్నప్పుడు, మరియు నేను కూడా అదే అయినప్పుడు, ఎవరికి ఎవరు నమస్కారం చెయ్యాలి?

అవధూత గీతలో, మనస్సు అని పిలువబడే శక్తివంతమైన పులిని నియంత్రణలోకి తీసుకుంటే, ఈ విశ్వంలో సాధించలేనిది ఏదీ లేదని చెప్పబడింది. ఈ విశ్వంలో ప్రతిదీ నిగ్రహ శక్తి వల్ల మాత్రమే సాధ్యమవుతుంది.
"ఈ ప్రపంచంలో ప్రతిదీ స్వేచ్ఛ ద్వారా సాధించబడుతుంది. స్వేచ్ఛ ద్వారా మాత్రమే శారీరక, మానసిక మరియు చివరికి ఆధ్యాత్మిక స్వేచ్ఛను పొందుతారు." -- అష్టావక్ర గీత
ఒక వ్యక్తి చేతిలో వెన్న ఉన్నప్పటికీ నెయ్యి కోసం వెతుకుతున్నట్లుగా, వారి నిజ స్వభావం మరియు అనంతమైన ఉనికి గురించిన అజ్ఞానంతో ప్రజలు విగ్రహాల ముందు సాష్టాంగ నమస్కారం చేస్తున్నారు. -- యోగి వేమన

122

వశిష్ట గీత

"అన్ని వృద్ధి క్షీణించడంతో ముగుస్తుంది, అన్ని పెరుగుదల పతనంతో ముగుస్తుంది, అన్ని సమావేశాలు విడిపోవడంతో ముగుస్తాయి; నిజానికి, ఈ ప్రపంచ నియమం అలాంటిది.

. విముక్తి ఆకాశం యొక్క అవతలి వైపు లేదు, పాతాళలోకంలో లేదు, భూమిపై లేదు; సరైన ఆధ్యాత్మిక జ్ఞానం ద్వారా శుద్ధి చేయబడిన మనస్సులో విముక్తి ఉంది.

. కర్మతో మిమ్మల్ని మీరు అనుబంధించుకోకండి; కానీ అన్ని కర్మల యొక్క మూర్ఖమైన నిష్క్రియాత్మకతతో కూడా మిమ్మల్ని మీరు అనుబంధించుకోకండి,

. మీరు ఏమైనా, అన్ని పరిస్థితులలో సమానంగా ఉండండి. మొత్తం ప్రపంచం ఆత్మ తప్ప వాస్తవికతలో మరేమీ లేదు;—

. బంధం లేదా విముక్తి యొక్క స్థితి లేదు; ద్వంద్వత్వం మరియు ఐక్యత లేదు; ఇది సర్వస్వం - . ఇది సంపూర్ణ సత్యం.

. ఇంద్రియంతో ఇంద్రియాన్ని, మనస్సుతో మనస్సును, అహంకారాన్ని అహంకారాన్ని నాశనం చేసిన తర్వాత; నేను అందరి ఆత్మగా సర్వోన్నతంగా నిలుస్తాను.

ఆధ్యాత్మికత, కోరికల గడ్డిని కాల్చే అగ్ని, సమాధి అనే పదం ద్వారా ఉద్దేశించబడిన నిశ్శబ్దం ధ్యానం కాదు.

హృదయంలో నివసించే పరమాత్మ ప్రధాన రూపం. శంఖం, చక్రం, గదతో విష్ణువు రూపం ద్వితీయమైనది −

. అన్ని సుగుణాలు ఒక వ్యక్తి లోపల ఉండవు కాబట్టి, ఏ వ్యక్తి ఏ సుగుణాలు కలిగి ఉన్నాడో గమనించి వాటిని వెంటనే గ్రహించి, శీఘ్రంగా మనని అభివృద్ధి చేసుకోవాలి."

చికాగోలోని ప్రపంచ మత పార్లమెంటులో స్వామి వివేకానంద ప్రసంగం

సెప్టెంబర్ 11, 1893.

స్వాగతానికి ప్రతిస్పందన

అమెరికా సోదర సోదరీమణులారా,

మీరు మాకు ఇచ్చిన హృదయపూర్వక మరియు ఆత్మీయ స్వాగతానికి నా హృదయం చెప్పలేని ఆనందంతో నిండిపోయింది. ప్రపంచంలోని అత్యంత పురాతనమైన సన్యాసుల క్రమం తరపున నేను మీకు ధన్యవాదాలు తెలియజేస్తున్నాను; మతాల తల్లి తరపున నేను మీకు ధన్యవాదాలు తెలియజేస్తున్నాను; మరియు అన్ని తరగతులు మరియు వర్గాలకు చెందిన లక్షలాది మంది హిందూ ప్రజల తరపున నేను మీకు ధన్యవాదాలు తెలియజేస్తున్నాను. ఈ వేదికపై ఉన్న కొంతమంది వక్తలకు కూడా నా ధన్యవాదాలు, వారు తూర్పు దేశాల ప్రతినిధులను ప్రస్తావిస్తూ, సుదూర దేశాల నుండి వచ్చిన ఈ వ్యక్తులు వివిధ దేశాలకు సహనం యొక్క ఆలోచనను తీసుకువెళ్ళే గౌరవాన్ని పొందవచ్చని మీకు చెప్పారు. ప్రపంచానికి సహనం మరియు సార్వత్రిక ఆమోదం రెండింటినీ బోధించిన మతానికి చెందిన వ్యక్తిగా నేను గర్విస్తున్నాను. మేము సార్వత్రిక సహనాన్ని పాటించడమే కాకుండా కానీ అన్ని మతాలను నిజమని అంగీకరిస్తాము. అన్ని మతాల నుండి, భూమిపై ఉన్న అన్ని దేశాల నుండి హింసించబడిన వారిని, శరణార్థులను ఆశ్రయించిన దేశానికి చెందినవాడిని నేను అని గర్విస్తున్నాను. రోమన్ల నిరంకుశత్వం ద్వారా వారి పవిత్ర ఆలయం ముక్కలుగా ధ్వంసమైన సంవత్సరంలో దక్షిణ భారతదేశానికి వచ్చి మాతో ఆశ్రయం పొందిన ఇశ్రాయేలీయుల అత్యంత స్వచ్ఛమైన అవశేషాన్ని మేము మా హృదయంలో నిలుపుకున్నామని మీకు చెప్పడానికి నేను గర్విస్తున్నాను. మిగిలిన జొరాస్ట్రియన్ జాతికి ఆశ్రయం ఇచ్చిన మరియు ఇప్పటికీ పెంచుతున్న మతానికి చెందినవాడిని అని నేను గర్విస్తున్నాను. సహోదరులారా, నా బాల్యం నుండి నేను పునరావృతం చేసిన

ఒక శ్లోకం నుండి కొన్ని పంక్తులను నేను మీకు ఉటంకిస్తాను, ఇది ప్రతిరోజు లక్షలాది మంది మానవులు పునరావృతం చేస్తారు: "పేర్వేరు ప్రదేశాలలో తమ వనరులను కలిగి ఉన్న వివిధ ప్రవాహాలు అన్నీ సముద్రంలో కలిసిపోయినట్లే, ఓ ప్రభూ, మానవులు వేర్వేరు ధోరణుల ద్వారా తీసుకునే వివిధ మార్గాలు, అవి భిన్నంగా కనిపించినప్పటికీ, వంకరగా లేదా నిటారుగా ఉన్నప్పటికీ, అన్నీ నీ వైపుకు దారి తీస్తాయి."

ఇప్పటివరకు జరిగిన అత్యంత మహోన్నతమైన సమావేశాలలో ఒకటైన ఈ సమావేశం, గీతలో బోధించబడిన అద్భుతమైన సిద్ధాంతం యొక్క నిరూపణ, ప్రపంచానికి ఒక ప్రకటన: "ఎవరైతే నా దగ్గరకు వస్తారో, ఏ రూపంలోనైనా నేను వారిని చేరుకుంటాను; చివరికి నా వద్దకు దారితీసే మార్గాల ద్వారా అందరు మనుషులు ప్రయత్నిస్తున్నారు. మతతత్వం, మరియు దాని భయంకరమైన వారసుడు, మతోన్మాదం, చాలా కాలంగా ఈ అందమైన భూమిని ఆక్రమించాయి. అవి భూమిని హింసతో నింపాయి, తరచుగా మానవ రక్తంతో తడిపాయి, నాగరికతను నాశనం చేశాయి మరియు మొత్తం దేశాలను నిరాశలోకి నెట్టాయి. ఈ భయంకరమైన రాక్షసులు లేకుంటే, మానవ సమాజం ఇప్పుడు ఉన్నదానికంటే చాలా అభివృద్ధి చెందేది. కానీ వారి సమయం ఆసన్నమైంది; మరియు ఈ సమావేశం గౌరవార్థం ఈ ఉదయం మోగిన గంట అన్ని మతోన్మాదాలకు, కత్తితో లేదా కలంతో జరిగే అన్ని హింసలకు మరియు ఒకే లక్ష్యం వైపు పయనిస్తున్న వ్యక్తుల మధ్య ఉన్న అన్ని అనాగరిక భావాలకు చరమగీతం పాడుతుందని నేను హృదయపూర్వకంగా ఆశిస్తున్నాను.

మనం ఎందుకు విభేదిస్తున్నాం

15 సెప్టెంబర్ 1893

నేను మీకు ఒక చిన్న కథ చెబుతాను. “మనం ఒకరినొకరు ద్వేషించుకోవడం మానేయాలి” అని ఇప్పుడే ముగించిన వాగ్ధాటిగల వక్త విన్నాడు మరియు ఎల్లప్పుడూ చాలా వైవిధ్యం ఉండటం పట్ల అతను చాలా బాధపడ్డాడు.

కానీ ఈ వైవిధ్యానికి కారణాన్ని వివరించే కథను నేను మీకు చెప్పాలని అనుకుంటున్నాను. ఒక కప్ప ఒక బావిలో నివసించింది. అది చాలా కాలంగా అక్కడే నివసించింది. అది అక్కడే పుట్టి అక్కడే పెరిగింది, అయినప్పటికీ అది ఒక చిన్న కప్ప మాత్రమే. వాస్తవానికి, పరిణామవాదులు అప్పుడు మనకు చెప్పలేదు కప్ప కళ్లను పోగొట్టుకుందో లేదో, కానీ, మన కథ కోసం, దానికి కళ్లున్నాయని మరియు అది ప్రతిరోజు దానిలో నివసించే అన్ని పురుగులు మరియు బాసిల్లి నీటిని శుభ్రపరుస్తుందని అనుకుందాం. ఇది మన ఆధునిక బాక్టీరియాలజిస్టులకు ఘనతనిచ్చే శక్తితో మనం దానిని తేలికగా తీసుకోవాలి. ఈ విధంగా, అది కొనసాగి కొంచెం సొగసైనది మరియు లావుగా మారింది.

సరే, ఒక రోజు సముద్రంలో నివసించే మరొక కప్ప వచ్చి బావిలో పడిపోయింది. “నువ్వు ఎక్కడివాడివి?” “నేను సముద్రం నుండి వచ్చాను.” “సముద్రం! అది ఎంత పెద్దది? అది నా బావి అంత పెద్దదా?” అని అతను బావికి ఒక వైపు నుండి మరొక వైపుకు దూకాడు. “నా మిత్రమా,” అని సముద్ర కప్ప అడిగింది, “నువ్వు సముద్రాన్ని నీ చిన్న బావితో ఎలా పోలుస్తావు?” అని అడిగింది.

అప్పుడు కప్ప మళ్లీ దూకి, “నీ సముద్రం అంత పెద్దదా?” అని అడిగింది. “సముద్రాన్ని నీ బావితో పోల్చడానికి నువ్వు ఎంత అర్థంలేని మాటలు మాట్లాడుతున్నావు!” “సరే, అయితే,” అని బావి కప్ప అంది, “నా బావి కంటే

పెద్దది ఏమీ ఉండదు; దీని కంటే పెద్దది ఏమీ ఉండదు; ఈ వ్యక్తి అబద్ధాలకోరు, కాబట్టి వాడిని బయటకు పంపు."

ఇప్పటివరకు అదే కష్టం.

నేను హిందువును. నేను నా చిన్న బావిలో కూర్చుని ప్రపంచం మొత్తం నా చిన్న బావి అని అనుకుంటున్నాను. క్రైస్తవుడు తన చిన్న బావిలో కూర్చుని ప్రపంచం మొత్తం తన బావి అని భావిస్తాడు. మహమ్మదీయుడు తన చిన్న బావిలో కూర్చుని ప్రపంచం మొత్తం తన బావి అని భావిస్తాడు. మన ఈ చిన్న ప్రపంచం యొక్క అడ్డంకులను ఛేదించడానికి మీరు చేస్తున్న గొప్ప ప్రయత్నానికి అమెరికా వారికి నేను కృతజ్ఞతలు చెప్పుకోవాలి మరియు భవిష్యత్తులో, మీ లక్ష్యాన్ని సాధించడానికి ప్రభువు మీకు సహాయం చేస్తాడని ఆశిస్తున్నాను.

పరమాత్మ దర్శన కేంద్రం - దేవరకద్ర

మహబూబ్‌నగర్ జిల్లా - 509 204. తెలంగాణ, ఇండియా.

www.ingramcontent.com/pod-product-compliance
Lightning Source LLC
Chambersburg PA
CBHW030132260626
47156CB00008B/2912
* 9 7 8 1 9 6 6 4 2 1 8 0 1 *